गुंफण
नात्यांची

सौ. अनुजा केतन शेठ

प्रथम आवृत्ती : नोव्हेंबर २०२२
भारतात प्रकाशित

फॉन्ट: कोकिला

ISBN: 978-93-95374-01-9

मुखपृष्ठ रचना: जया लोखंडे

STORYMIRROR
Stories that reflect you

प्रकाशक :   स्टोरीमिरर इंफोटेक प्राईवेट लिमिटेड,
7 वा मजला, एल तारा बिल्डिंग, डेल्फी बिल्डिंगच्या मागे,
हिरानंदानी गार्डन्स, पवई, मुंबई, महाराष्ट्र - ४०००७६, भारत.

Web: https://storymirror. com
Facebook: https://facebook. com/storymirror
Instagram: https://instagram. com/storymirror
Twitter: https://twitter. com/story_mirror
Email: marketing@storymirror. com

समर्पण

'तुला जे आवडेल, तुझ्या मनाला जे योग्य वाटेल ते कर, मी नेहमीच तुझ्या सोबत आहे' असे बोलून प्रत्येक गोष्टीत मला प्रोत्साहन देणाऱ्या माझ्या जीवनसाथी केतनला हे पुस्तक मी समर्पित करीत आहे.

प्रस्तावना

कोणतेच नाते हे कधीच परिपूर्ण नसते, पण एकमेकांच्या साथीने, विश्वासाने ते नाते हे परिपूर्ण होत असते... अशाच अनेक नात्यांची गुंफण मी माझ्या या कथासंग्रहात दाखवली आहे. आपला दृष्टिकोन कसा आहे यावर सारं काही अवलंबून असते. सकारात्मक दृष्टिकोनातून बघितले, समजून घेतले तर कोणतेही नाते हे छान फुलून येते. अन् त्या व्यक्ती सोबत आपला छानसा रेशमी बंध तयार होतो...

आभार

आपल्या आयुष्यात अनेक संधी येतात पण नुसती संधी मिळून उपयोग नसतो त्यासाठी आवश्यक असतो तो पाठिंबा आणि तो मला माझ्या कुटुंबाने दिला म्हणून मी त्यांचे आभार मानते, तसेच स्टोरीमिरर या प्लॅटफॉर्मचे आणि त्यांच्या संपूर्ण टीमचे मी आभार मानते की त्यांच्यामुळे मला पुस्तक प्रकाशित करण्याची संधी मिळाली..

अनुक्रम

१

अनपेक्षित नागपंचमी

मयुरी आणि मंदार यांचे नुकतेच लग्न झाले.. छोट्या कुटुंबात वाढलेली मयुरी लग्न करून सासरी आली.. इकडे एकत्र कुटुंब..मंदारची आजी, काका-काकू त्यांची दोन मुले- दोन सूनबाई आणि मंदारचे आई-बाबा आणि आता मंदार आणि ती...

मंदार आणि धाकटे दीर वकीली करत होते. त्यांचा खानदानी पेशाच होता तो.. सतत लोकांचे जाणे येणे असायचे...घरात सतत राबता असायचा...पण सर्वात मोठे दीर मात्र डॉक्टर असल्यामुळे शहरात राहायचे. त्यांची बायको आणि एक मुलगा सुद्धा त्यांच्यासोबत... पण प्रत्येक शनिवार आणि रविवार मात्र गावी यायचे आणि सणवाराला तर गावीच.. तेव्हा घर अगदी गजबजून जायचे... मयुरी सुरुवातीला अगदी बावरून जायची.... पण सर्व एकमेकांना समजून घ्यायचे... कधीच हेवेदावे नव्हते त्यांच्यामध्ये.. आजींनी सर्वांना त्यांच्या प्रेमाच्या धाग्यात बांधून ठेवले होते, हसते खेळते वातावरण होते...

मंदार शेंडेफळ त्यामुळे आजीचा लाडका.. घरातले शेवटचे लग्न म्हणून खूप धूमधडाक्यात लग्न लागले आणि बर्व्यांची धाकटी सून म्हणून मयुरी घरात आली... ह्या पिढीमधले शेवटचे लग्न त्यामुळे सूनबाईंचे सर्व कार्यक्रम अगदी जोरात केले बर्वे कुटुंबियांनी... पहिले हळदी कुंकू... काळी साडी, हलव्याचे दागिने आणि ते घालून काढलेले फोटो, सर्व गावाला आमंत्रण...

वाडा तर अगदी लग्न असल्यासारखे सजवला होता... रांगोळी, सजावट सर्व बघण्यासारखे होते... सगळ्याच सूनबाई अगदी नखशिंखात नटल्या होत्या... त्यानंतर आलेला शिमगा, नाचवलेल्या पालख्या सगळे सण मयूरीसाठी नवीनच होते... मयुरी तशी लाघवी होती... सगळे छान करत होती... पहिला सण म्हणून सर्व ठिकाणी यांच्या जोडीचाच मान होता कारणही तसेच त्यांच्या कुटुंबाला गावात पहिल्यापासुनच खूप मान असे.. उभ्या पंचक्रोशीत त्यांचे नाव होते... पण कोणालाच गर्व, अभिमान नव्हता.. सगळयांचे पाय जमीनीवर होते... एकूण काय तर सर्वच गुण्यागोंविदाने रहात होते...

गावदेवीची जत्रा झाल्यावर माहेरी गेली खरी..!! पण तिला तिथे करमतच नव्हते. एवढी छान रूळली होती सासरी. पहिली वट पौर्णिमा, मंगळागौर सगळे अगदी थाटात.... खूप खुश होती ती. लहान असल्यापासूनच शंकराला खूप मानायची... ती मनात म्हणायची देवाची कृपा म्हणून असे सासर मिळाले मला... खरचं सासर माझ भाग्याचं..!!

बघता श्रावण महिना आला, पहिल्याच शुक्रवारी पूजा घालायची पद्धत अगदी पूर्वापार पासून होती... ह्या वर्षी ह्या पूजेचा मान ह्याच जोडीला... पूजा आटपल्यावर मयुरीनेच विषय काढला उद्यां नागपंचमी आहे, तयारी केलीच नाही आपण... अन् सगळे एकदम गप्प झाले. सासूबाई तर रागाने ओरडल्याच काही गरज नाही आहे तयारी करायची. मयुरी घाबरली तिला हे सगळे अनपेक्षित होते... आजींनी लगेच सर्व सावरायचा प्रयत्न केला... पण, काहीतरी गडबड आहे खरी.. मयुरीला जाणवत होते... कोणीच उत्तर देईना... काय झाले?? माझे काय चुकले?? मी उद्या पूजा करू शकणार नाही?? पण का?? तेवढ्यात फोन येतो... आईचा आवाज ऐकून तिला भरून येते, आई विचारते झाली का पूजा?? आणि उद्याची तयारी? हे ऐकून ती रडू लागतें, अगं आई मी उद्या... तेवढ्यात मंदार आलेला बघून ती फोन ठेवते. तो तिच्यावर ओरडतोच, काय गरज होती आईला सांगायची? आजी तिकडून येताना

ऐकतात, मंदारला त्या खुणेनेच गप्प बसायला सांगतात..

आजी प्रेमाने मयुरीला जवळ घेतात अन म्हणतात, बाळ शांत हो आधी, जे घडलं ते तुला अगदीच अनपेक्षित आहे त्यामुळे तुला वाईट वाटतंय.. तुझ्या मनात असंख्य प्रश्न आहेत, त्या सगळ्यांची उत्तर मी तुला देईन... आणि तू रे **"खबरदार जर तिला ओरडलास तर, तिला काय माहित? आपण सांगितले आहे का कधी?"** मंदार मानेनेच नाही म्हणतो...

आजी पुढे बोलू लागतात पोरी ऐक, **'तुझ्या सासुला हा व्हायच्या आधी दोन जुळ्या मुली झाल्या... दोन पिढ्यानी लक्ष्मी आली घरात म्हणून ह्याच्या आजोबांनी सगळ्यांना बर्फी वाटली... केवढ कौतुक...!!'** मोठ्या थाटात बारसं केले होते, त्या थोड्या मोठ्या झाल्यावर आजोबांसोबत जायच्या आपल्या शेतावर, दोघी लाडक्या होत्या. एक दिवस नाग चावून त्या गेल्या तो दिवस नागपंचमीचा होता. आजोबांना हा धक्का सहनच झाला नाही बघ. स्वतःला दोषी समजत होते, त्यांना वाटत होते त्यांनी जर शेतावर नेले नसते तर कदाचित त्या वाचल्या असत्या... या धक्क्याने आजोबांनी अंथरूण धरले अन् ते पण गेले अवघ्या महिन्यात... तेव्हापासून आपण नाही पूजा करत नागोबाची...

हे सगळं झाले अन् त्याचा मानसिक त्रास इतका झाला की, हि तुझी सासू एकदम गप्प गप्प राहायची, कुठे जाणं नाही की येणं नाही, मग् दोन वर्षांनी हा तुझा नवरा जन्माला आला बघ, तशी ती हळू हळू विसरून गेली. पण, नागपंचमी आली की सगळ्या आठवणी जाग्या होतात पोरी असे बोलता बोलता त्यांचा बांध सुटला आजी रडू लागल्या... मयुरी म्हणाली, **"आजी मला माफ करा, आज अनपेक्षितपणे मी तुम्हाला दुखावले..."** आजी म्हणाल्या, तुझी काय चूक ग? आमच्याकडूनच तुला सांगायचं राहिले... मयुरी धावत जाऊन सासूबाईंची माफी मागते, सासूबाई म्हणतात 'अग वेडाबाई, मीच तुझी माफी मागते, मी असे वागायला नको होते, पण अग

त्याची आठवण झाली तरी त्रास होतो अन् नकळत ताबा सुटतो माझा.. मला माफ करं...' अहो आई अस नका बोलू, झाल ते अगदीं अनपेक्षितपणे झाल, कोणी मुद्दामून काही केलं नाही..

दिवसामागून दिवस पुढे जात असतात, नंतर असलेले सर्व सण गणपती, नवरात्र, दिवाळी हे सुद्धा अगदी थाटात होतात... लग्नाला वर्ष होते, लग्नाचा वाढदिवस खूप छान साजरा करतात.. त्या दोघांना सरप्राईज म्हणून 8 दिवस बाहेर फिरायला जायचे बुकिंग करून देतात घरातले सर्व...

मयुरीला आता घरातल्या बऱ्याच गोष्टी माहिती पडत जातात.. सगळे व्यवस्थित सुरू असते.. गोड बातमी येते, खूप कौतुक सुरू होते तिचे, त्यात डॉक्टर सांगतात जुळे आहे! मग् काय आजी, सासूबाई, काकी सासूबाई, मोठ्या दोन जाऊबाई तिची खूप काळजी घेतात, मोठ्या थाटात तयारी करतात सगळी डोहाळजेवणाची.. मयुरी खूप खुश असते... कार्यक्रम अगदी नेहमी प्रमाणे मस्तच होतो...

तारीख जवळ येते, श्रावण महिन्यात त्यांची पूजा घाईने घालून घेतात, दोन दिवसांनी नागपंचमी असते, मयुरीला सगळ्या गोष्टी आठवतात... ती देवाला नमस्कार करून बोलते, सर्व व्यवस्थित कर रे महादेवा....!!

नागपंचमीच्या दिवशीच हीच पोट दुखू लागतें, बाप रे आता काय करायचं? ती आजींना सांगतें मला त्रास होतोय पण...आज नागपंचमी आहे.. आजी म्हणतात, अग नागपंचमी असली म्हणून काय झालं? जन्म आणि मृत्यु कोणाच्या हातांत असतो का?? थांब मी मंदारला बोलावते, लगेच हालचाल होते, तिला दवाखान्यात नेले जाते.. दोन मुली जन्माला येतात... आजी अख्खं घर डोक्यावर घेतात, माझ्या ताई- माई आल्या... अग साखर वाटा.. तोंड गोड करा... लक्ष्मी आली...

सगळे दवाखान्यात येतात, सासूबाई खुश असतात... त्यांना बघून मयुरीला समाधान मिळते ती काहीच बोलत नाही... त्या पण सांगतात सगळयांना माझ्या लेकी परत आल्या... माझ्या मुली आल्या.... सगळे कौतुकाचा वर्षाव करतात... बारसे होते... त्यांच्या पैंजणाचा आवाज ऐकून जणू वाडा तृप्त होतो... मंदारच्या आईचा तर आनंद गगनात मावत नाही...

आपल्या दोन नातींमध्ये त्या आपल्या मुलींना बघत असतात, त्यांच्यासोबत बालपणात रमताना आपल्या मुलींच्या आठवणी त्या परत जगत असतात... त्या दोघी आता वर्षाच्या व्हायला येतात... मयुरी मनात म्हणते, नागपंचमीलाच ह्यांचा वाढदिवस येतो आणि घरात तर... ती खूप अस्वस्थ होतेया विचाराने.. मुलींचा आज तिथीने पहिला वाढदिवस आणि या घरात सर्वांना त्रास देणारी ती दुखद आठवण.. कसा मेळ घालू? मला कोणाला परत दुखवायचे नाही..

तेवढ्यात काकी सासूबाई तिला बोलवायला येतात.. अग अशी काय बसलीस.. चल आवरून बाहेर ये.. नागोबाला पूजायला.. मयुरीला विश्वास बसत नाही.. ती बाहेर येऊन बघते तर काय सासूबाई स्वतः सगळी तयारी करत असतात ते ही दोन नातींना सोबत घेऊन.. तिच्यासाठी हा धक्का अगदी अनपेक्षित असला तरी सुखद असतो.. तिला खूप आनंद होतो.. ती लगेच आवरून येते.. मनोमन आभार मानते महादेवाचे..

सगळयाजणी मिळून पूजा करतात, सासूबाई तर नागोबाची माफी मागतात. एवढ्या वर्षांनी बर्वे कुटुंबात नागपंचमी साजरी होते.. मयुरीला ही नागपंचमी मात्र अनपेक्षित असली तरी खूप आनंद देऊन जाते...

२

बाबा... एक कल्पवृक्ष

दादा साहेब राजेशिर्के भारदस्त व्यक्तिमत्त्व .. उभ्या पंचक्रोशीत त्यांचा दरारा.. गावासाठी तें देवच.. गावातल्या प्रत्येक अन्यायाला वाचा फोडणारे न्याय मिळवून देणारे, त्या गावचे पोलिस, वकील, न्यायमुर्ती सारं काही तेच होते. एवढे ऐश्वर्य होते की, डोळे दिपून जातील. त्यांच्या पत्नी म्हणजे राधाताई खूप प्रेमळ, सगळ्यांना हव्या हव्या वाटणाऱ्या.. गावातल्या प्रत्येक माणसांना नावानिशी ओळखणाऱ्या सर्वांच्या लाडक्या माईसाहेब..

कशाची कमी नव्हती.. पण म्हणतात ना जगी सर्व सुखी असा कोण आहे? माईंना लग्नाला १० वर्ष झाली तरी मूल होत नव्हते. बाळासाठी त्यांचे मन आसुसलेले होते. किती नवस बोलून झाले, उपाय करून झाले पण यश येतं नव्हते.

गावातल्या सर्व लेकरांना माया लावायच्या त्या! त्यांच्याकडे काम करणाऱ्या गोदाक्काने ह्या वर्षी नवरात्रीचे कडक उपवास करून, माईंना जवळच असलेल्या रंगुमातेला साकडे घालायला लावले.

रंगुमाता अतिशय कडक, माई मनातून घाबरत होत्या. काही चुकभूल झाली तर.. पण गोदाक्काने त्यांना समजावून सांगितलं. रंगुमाता प्रसन्न झाली, दिवाळीतच गोड बातमी समजली.

राजेशिर्के यांच्या वाड्यात चिमकली पावल फिरकणार.. दादा आणि माई यांच्या आनंदाला पारावार उरला नाही. महिन्यामागून महिने जात होते. कितीतरी बायका माईंच्या दिमतीला होत्या. त्यांच्या हक्काची, प्रेमाची माणसेच एवढी होती की प्रत्येकाला त्यांची काळजी घ्यायची होती. आपआपसात भांडायच्या काही जणी.. माई त्यांची ही गोड भांडण सोडवायच्या आणि काम वाटून द्यायच्या.

गोदाक्का खूप अनुभवी.. त्यांनी दादासाहेंबांना सांगितलं जी तयारी कराल ती दोघांची करा.. डॉक्टरांना दाखवण्यात आले, त्यांनी सुद्धा जुळे असल्याच सांगितलं. आनंदाला उधाण आले, डोहाळेजेवणाचा कार्यक्रम पण दणक्यात झाला.

नववा महिना लागला तशा माई थकल्या होत्या, वय थोडे जास्त त्यात जुळे.. एकेक दिवस अगदी मोजत होत्या. गुरुपौर्णिमेचा चंद्र अगदी झळाळत होता. माईंनी एक मुलगा आणि एक मुलगी यांना जन्म दिला. दादासाहेब आनंदाने बेभान झाले. साऱ्या गावाला मिठाई वाटण्यात आली..

मुलांची नाव पण गुरुनाथ आणि पौर्णिमा ठेवण्यात आले.. त्यांच्या रडण्याने, हसण्याने वाडा बोलका झाला होता. त्यांचे ते दूडदूड धावणे, बोबडे बोल ऐकताना दादा आणि माई अगदी भान विसरून जायचे..

हळूहळू मुले मोठी होत होती. रंगूमातेचा प्रसाद म्हणून तिचा नवस पूर्ण केला. दरवर्षी तिच्या दर्शनाला मुलांना घेऊन जायचे. पौर्णिमावर खूप जीव होता दादांचा. तसेही बाप-लेकीच नातं वेगळेच असते नाही का? कायम ताई म्हणून हाक मारायचे दादा.. ताई आणि भाई.. तसेही घरातल्या प्रत्येकाला आदराने हाक मारायची पद्धतच होती त्यांची.

दादा आता थकत चालले होते. भाईने हा कारभार सांभाळावा अशी त्यांची इच्छा होती. भाईची तयारी होती, पण त्याचे शिक्षण बाकी होते.

भाईंनी वकील व्हायची इच्छा दाखवली.. दादा खुश झाले.. ताईने सुद्धा आपले शिक्षण पूर्ण करून गायनाचा छंद जोपासला.

पुढील शिक्षणासाठी त्यांना शहरात पाठवण्यात आले. ताईला मात्र आपल्या जवळच ठेवले, अहो उद्यां लग्न होऊन तुम्ही गेलात की ह्या कल्पवृक्षाची छाया कशी मिळेल तुम्हाला? असे म्हणत दादांचा आवाज कापरा व्हायचा.

सारं काही छान चालु होते. भाई वकील झाले, त्यांनी अनुभवासाठी जगदाळे वकीलांकडे काम करण्याची इच्छा बोलून दाखवली. अगदी घरोब्याचे संबध होते वकीलांशी, लगेचच सुरुवात झाली कामाला. एक वर्ष गेले, आता ताईंसाठी स्थळ बघायला सुरुवात केली होती दादांनी. भाई आता लवकर तुम्हीही कामाची धुरा तुमच्या हाती घ्या.. आम्हाला नाही होत हो आता.. ताई पण जातील आता लग्न होऊन.. माईसाहेब, आता जाणवतय आम्हाला तुमच्या वडिलांचे दुख.. एवढी वर्ष हा काळजाचा तुकडा आम्ही सांभाळला आणि आता... दादा गहिवरले, माई म्हणाल्या अहो जनरीत आहे ही.. राजा-महाराजांना, देवाधिकांना ते सुटले नाही तर आपल्याला कशी सुटेल हो?

भाईंचा फोन आला, दादा एकच केस आहे. थोडी महत्त्वाची ती झाली की माझी प्रक्टिस मी आपल्या वाड्याचे काम बघत स्वतंत्र सुरु करतो. तेवढ्यात कसला तरी आवाज झाला. पुढे काहीच समजले नाही. मोबाइल तेव्हा नव्हते त्यामुळे वाट बघण्याखेरीज काहीच पर्याय नव्हता.

जवळच असलेल्या गावात भाई रहात होते, दादासाहेबांनी काही माणसांना लगेच तिथे पाठवले. रात्रभर डोळ्याला डोळा नाही. माणसे परतून आली पण बोलायची हिम्मत कोणालाच नव्हती. भाईंवर हल्ला केला होता काही दरोडेखोरांनी, भाई सोडून गेले. दादा- माई तिथेच खाली बसले. ताईसाहेबांनी मोठ्या हिम्मतीने या प्रसंगाला तोंड दिले.

ताईच आता त्यांचे सर्वस्व होती. दादांच्या खांद्याला खांदा लावून सारा कारभार बघत होती. भाईंच्या खुन्याचा तपास चालू होता. ताई लग्नाचा विषय टाळत होती. वय झाल्यामुळे दादा-माई थकत चालले होते. त्यांना ताईंची काळजी वाटत होती.

दादांनी ताईला लग्नाचे मनावर घ्यायला सांगितलं, पण त्या काही तयार होत नव्हत्या. पैसे बघून कोणी लग्नाला तयार झाले तर.. असा प्रश्न त्या विचारत.. मला नाही करायचं लग्न..

भाईंचा खुनी पकडला गेला. ज्यांची केस तें लढवत होते त्यांच्या विरोधकांनी हे घडवून आणले होते. त्या खुन्याला शिक्षा होईपर्यंत ताईने त्या केसचा पिच्छा पुरवला. दादासाहेबांना कौतुक वाटले, आपल्या लेकीचे.

ही वेळ चांगली आहे हे बघूनच दादांनी विषय काढला,

आपल्या आक्कासाहेबांचा धाकटा लेक आहे, घरातच सोयरीक करू, असे म्हणतं त्यांनी ताईचे मन वळवले. आत्याच सासू झाली. प्रसादराव समंजस होते. लग्नानंतर सारा कारभार ताई बघत होती. दादासाहेंबाची एवढी ईस्टेट तिने सल्ला मसलत करून काही सामाजिक संस्था चालू करायचे ठरवले. प्रसादने आधीच सांगितले होते आम्हाला ह्यातले काही नको. पौर्णिमा आणि प्रसाद यांच्या लग्नाला वर्ष होतोय तोच दादा गेले. माई आणि ताई यांना हा फार मोठा धक्का होता.

आता दादांनी उभा केलेला हा कल्पवृक्ष ताईंना सांभाळायचा होता. तशी ताई धीराची होती तिने त्यांनी उभारलेला हा कल्पवृक्ष अगदी गरजूंसाठी वापरला.. सगळयांची ताई होऊन दादासाहेबांप्रमाणे सर्वांना जीव लावला..

दादासाहेबांची वर्षपूर्ती होती आज. वर्षश्राद्धाची सर्व तयारी झाली. पूजा आवरून झाल्यावर त्यांच्या स्मरणार्थ गरजूंना जीवनावश्यक गोष्टींचे वाटप केले. आणि गावात त्यांच्या नावाने हॉस्पिटल काढायचा निर्णय जाहीर

केल्यावर जमलेल्या सर्व ग्रामस्थ आणि माईंनी केलेल्या आग्रहामुळे ताई साहेबांनी एक गाणे सादर केले खास दादासाहेबांसाठी...

त्यांना खूप गहीवरून आले, आपले दादा म्हणजे कल्पवृक्ष होते.. कल्पवृक्षाचा जसा प्रत्येक भाग दुसऱ्याच्या उपयोगी येतो तसेच दादा त्यांचे आयुष्य त्यातला क्षण नि क्षण दुसऱ्यांसाठी जगले.. म्हणूनच माझ्या दादांसाठी हे गाणे मी म्हणते..

खूप दिवसांनी ताईसाहेबांनी सूर लावला.. अगदी आतून गाणे म्हणत होत्या. प्रत्येक जण मंत्रमुग्ध होऊन ऐकत होता.

कल्पवृक्ष कन्येसाठी लावुनियां बाबा गेलां
वैभवाने बहरुन आला, याल का हो बघायाला
तुम्ही गेला आणिक तुमच्या, देवपण नांवा आले
सप्तस्वर्ग चालत येतां, थोरपण तुमचे कळले
गंगेकाठी घर हे अपुले, तीर्थक्षेत्र काशी झाले
तुम्हावीण शोभा नाही, वैभवाच्या देऊळाला
सुर्य चंद्र तुमचे डोळे, दुरुनीच हो बघतात
कमी नाहिं आम्हा कांही, कृपादृष्टीची बरसात
पाच बोटे अमृताची, पंचप्राण तुमचे त्यांत
पाठिवरी फिरवा हात, या हो बाबा एकच वेळां..

शेवटला त्यांना अनावर झाले, खंबीरपणे उभ्या राहिलेल्या ताई आज कोलमडल्या.. रडून मोकळ्या व्हा ताई.. माई आणि आक्का दोघी सोबत त्यांना आधार देत म्हणाल्या.. पण ताईसाहेबांचे डोळे उघडत नव्हते.. ग्लानी आल्या सारखे झाले त्यांना.. प्रसादराव त्यांना घेऊन दवाखान्यात गेले.

पाठोपाठ माई साहेब आणि आक्का साहेब सुद्धा गेल्या.. डॉक्टरांनी चेकअप करून गोड बातमी दिली. ते सुद्धा दादासाहेबांच्या वर्षपूर्तीच्या

दिवशी म्हणून माई साहेब आणि आक्का साहेब खूप खुश झाल्या..

आमचे दादासाहेब येणार असे म्हणत गोदाक्काने ताईंची दृष्ट काढली. ताईंनी घरी येऊन दादांच्या फोटो समोर उभे राहून नमस्कार केला. फोटो मधूनच हा कल्पवृक्ष हसत होता..

३

किलबिल बाग..
पाळणाघर एक अवजड बेडी

आज स्वराजचा १० वा वाढदिवस होता. स्वराज अगदी आतुरतेने त्याच्या दामले आजीची वाट बघत होता..

ए आई, कधी येईल ग आजी?

अरे येईल बाळा, तिची किलबिल बाग आता बंद होईल.. मग् इकडेच येणार आहे.. अदिती म्हणाली.

अदिती, इतका छान सांभाळ केलाय ना आपल्या स्वरूचा त्यांनी. मला सुद्धा भेटायची इच्छा झालीये. अदितीच्या सासूबाई तिला म्हणाल्या..

अदिती म्हणाली मला सुद्धा जीवावर आले होते, स्वराजला सोडून नोकरी करायची म्हणजे.. पण या पाळणाघराबद्दल ऐकले आणि निश्चिंत झाले.

अहो आई उद्या रविवार आहे ना, आपण नक्की जाऊ या किलबिल बागेत..

पाळणाघराची जागा बघाल ना.. मोकळ्या वावराला योग्य अशी प्रशस्त, स्वच्छ, हवेशीर लख्ख प्रकाशाची आहे.

आणि आजकालच्या काळात अत्यंत महत्त्वाचा म्हणून पाळणाघरात CCTV CAMERA आहे आणि त्याचा access पालकांकडे आहे. जेणेकरून करून पालक त्यांना हवे असेल तेव्हा त्यांच्या मुलाला पाहू शकतात. त्यामुळे निर्धास्त राहायला होते. या शिवाय महत्त्वाचा मुद्दा म्हणजे ह्या सर्व सुविधा पालकांच्या खिशाला परवडतील अशाच आहेत.

पाळणाघर बघाल तर बाळाच्या आरोग्याच्या दृष्टीने साफ व स्वच्छ आहे. छोटी मुले शी-सू करतात, काही वस्तू, अन्नपदार्थ यांची पाडपूड करतात. त्यादृष्टीने दररोज त्यांची स्वच्छता करण्यात येते.

मुलांना मायेची ऊब देणारी पाळणे, झोळी, विविध आकर्षक खेळणी, कार्टून चित्रे, प्रतिकृती मनोरंजनासाठी टीव्ही, हे सर्व आहे. जेणेकरून ते आपल्या आईला काही क्षण विसरून रममाण होतात.

बाळांसाठी वयोगटानुसार अन्न, फळे, दूध, इत्यादीची सोय आहे. यावेळेस देखील स्वच्छतेची काळजी घेण्यात येते. अत्यावश्यक प्रसंगी मेडिकलचे प्राथमिक ज्ञान असणारी परिचारिका आहे.

सगळ्यात शेवटी पण अतिशय महत्त्वाचं म्हणजे तेथील सर्व सेविका या बाळांची चांगल व मायेने काळजी घेतात. छोटी मुलं काहीशी मस्तीखोर व जिद्दी असतात, अशा वेळेस त्यांना त्यांच्या भाषेत व खेळीमेळीने बोलतात. म्हणूनच एक आई आपलं सोन्यासारखं पोर हे येथे सोडून बिनधास्त आपल्या कर्तव्यावर जाऊ शकते.

अहो या सर्व गोष्टी दामले आजींच्या पाळणाघरात आहेत म्हणून तर पाळणाघर या सारखी अवजड वाटणारी बेडी मला सोयीस्कर वाटली.

तेवढ्यात दामले आजी आल्या.. स्वराज आनंदाने उड्या मारू लागला..

दामले आजी घरी आल्या आणि अदितीच्या सासूबाई त्यांच्याकडे बघत बसल्या.. जणू काही जुनी ओळख आहे असेच वाटले त्यांना.. पण

वाढदिवसाच्या वेळी उशीर नको म्हणून आजी काही बोलली नाही.. दामले आजीने मात्र बरोबर ओळखले होते.

वाढदिवस झाला, सर्व मुले गेली. स्वराजने मात्र दामले आजीला सोडले नाही. जेवण झाल्यावर गप्पा मारताना अदितीच्या सासूबाई म्हणाल्या तू शकू का ग? तशा दामले आजी हसुन म्हणाल्या हो शुभू.. तुला इतका वेळ लागला का आठवायला.. आणि छानशा हसल्या...

दोघी बालमैत्रिणी.. अगदी जीवा-भावाच्या..

शकू म्हणजे दामले आजी. अण्णा गोखले यांची मुलगी, अगदी गर्भ श्रीमंत घराणे.. त्यांच्या सारख्या तोला-मोलाच्या घरात लग्न लावून दिले.. पण फसगत झाली त्यांची.. कारण नाव मोठ आणि लक्षण खोटे असेच होते. शकूला खूप त्रास दिला. नाव खराब होईल म्हणून अण्णांनी देखील हात वर केले. सर्व तिने सहन केले पण मुलगी झाली म्हणून त्या चिमणीचा जन्माच्या दुसऱ्याच दिवशी जीव घ्यायचा प्रयत्न केला, हे काही शकूला सहन झाले नाही. पण तिला न जुमानता जे हवे तेच केले. आणि शकूला शारीरिक, मानसिक त्रास द्यायला सुरुवात केली. तो त्रास तिला आता सहन होईना, परत बाळाची चाहूल लागली. तिने कोणाला न सांगता घर सोडले..

वाट मिळेल तिथे जायचं हे तिने ठरवलं.. वाटेत चक्कर येऊन पडली तेव्हा दामले डॉक्टर म्हणून गृहस्थांनी तिला त्यांच्या गाडीतून या शहरात आणले. त्यांची बायको पण डॉक्टर होती. त्यांनी शकूची काळजी घेतली. त्या डॉक्टर दाम्पत्याला मूल होत नव्हते म्हणून तें अस्वस्थ असायचे. शकूची तें सर्व काळजी घेत होते. त्यांच्यामुळे आपल्याला हे नवीन जीवन मिळाले त्यामुळे त्यांचे उपकार कसे फेडावे हे शकूला काही कळंत नव्हते. डॉक्टर बाई मुलाच्या आशेने पार कोमेजली होती. शकूने तिला स्वतःचे बाळ देण्याचे वचन दिले. त्या आशेवर ती बरी होत होती. बाळाला जन्म दिला आणि शकू घर सोडून जाणार तोच डॉक्टर बाईने राहते घर आणि काही

इस्टेट शकूला दिले.

तुम्ही आमच्यावर एवढे उपकार केले आहेत त्याची परतफेड कधीच होणार नाही. शकुची अवस्था खूप बिकट होती. पण आपल्या मुलीचे कल्याण होत आहे ना मग् ठीक आहे असे म्हणून तिने मनावर दगड ठेवून बाळ डॉक्टर बाईंकडे सोपवले.. मला ह्यातले काही नको ताई.. असे शकू म्हणाली. पण त्या डॉक्टर दांम्पत्यापुढे काहीच चालले नाही.. डॉक्टर ती जागा सोडून दुसरीकडे राहायला गेले. हळूहळू मुलगी मोठी होऊ लागली तसे डॉक्टर बाई परत प्रॅक्टिस करायला लागली. त्यामुळे मुलीकडे लक्ष ठेवायला म्हणून शकूला तिने हक्काने बोलावले.

एवढी वर्ष झाली तरी शकूची चौकशी ना सासरच्यांनी केली ना माहेरच्यांनी.. त्यामुळे डॉक्टरांशिवाय तिला कोणाचा आधार नव्हता. तिला हे दुसरे आयुष्य डॉक्टरांमुळे मिळाले होते. त्यांचे उपकार ती आणि तिचे उपकार त्या कधीच विसरल्या नाहीत.. लवकर लग्न लावल्यामुळे शिक्षण जास्त नव्हते पण, वाणी मात्र शुद्ध. संस्कृत तर एवढे शुद्ध बोलायची.. सर्व स्तोत्र पाठ..

डॉक्टरांच्या मुलीची प्रगती बघून तिला केअर टेकर म्हणून घरी याल का असे लोकं विचारू लागली. तेव्हा शकू डॉक्टर बाईंना म्हणाली, ताई तुमची गोष्ट वेगळी आहे पण लोकांकडे जाऊन राहणे मला पटणार नाही. मला मांसाहारी वगैरे चालत नाही. त्यापेक्षा मी तुम्ही मला जे घर दिले आहे सांभाळायला तिथे पाळणाघर सुरू केले तर?.. अर्थात तुमची परवानगी असेल तर. मला सुद्धा मुलांची किलबिल खूप आवडते, आपल्या सान्वी सारखी किती तरी मुले आहेत ज्यांचे आई बाबा कामानिमित्ताने बाहेर असतात. त्या सर्व मुलांची सोय होईल आणि माझ्या आयुष्यात असलेले रीतेपण सुद्धा कमी होईल.

डॉक्टर बाई म्हणाल्या, तुमचे मन खूप मोठे आहे. मला माफ करा. अहो ताई हात नका जोडू. माझ्यापेक्षा तिला तुमची मुलगी म्हणून जो मान, जे भविष्य मिळेल ना तें मी कधीच देऊ शकणार नाही.. आणि सानूच्या आयुष्यात मावशी म्हणून मी नेहमीच राहील. मी माझ्या निर्णयावर ठाम आहे. मी तिला सत्य कधीच कळू देणार नाही विश्वास ठेवा.

तुम्हाला माझी कल्पना कशी वाटली तें सांगा कारण आजच्या पिढीतील परिस्थिती जरी परिपूर्ण असली तरी घरात कौटुंबिक गोतावळा नसल्याने आता त्याची जाणीव होते. घरात वडीलधारी माणसे नाहीत.

दोघेही नवरा बायको यांना कामानिमित्त घराबाहेर पडावे लागते. अशावेळी मुलाला चांगले पाळणाघर शोधणे गरज वाटू लागते. पाळणाघर चालवणारी ती गृहिणी असली पाहिजे. ती संस्कारक्षम, प्रेमळ स्वभावाची, आपुलकीने आपल्या मुलाला जपणारी, इवल्या इवल्या छोट्या बाळाचे बोबडे बोल ऐकायला तयार असणारी, मूल रुसले, रडले, की त्याच्यासोबत लहानाहून लहान होणारी, चिऊकाऊच्या गोष्टी सांगून घास भरवणारी, झोप आली तर अंगाई गीत गाऊन झोपवणारी, लहान मुलांसाठी खेळणी, पौष्टिक आहार योग्य त्या वेळी देणारी. ० ते १२ वयाच्या वयोगटातील मुलांना जपणारी अगदी अशी मावशी मिळाली तर नक्कीच आईचे पाऊल अडखळणार नाही.

घार हिंडे आकाशी, लक्ष तिचे पिलापाशी असे होणार नाही. ती ठणकावून सांगेल माझं बाळ सुखरूप आहे. पाळणाघर न समजता त्याच्या मावशीकडे आहे. आईवडील बिनधास्त नोकरीवर जातील. असं हसतमुख असणारे, काळजी घेणारे पाळणाघर कुणाला आवडणार नाही. लळा लागलेले ते मूल नक्कीच विसरणार नाही.

डॉक्टर बाईंना शकूची कल्पना खूप आवडली, त्यांनी लागेल ती मदत करायची सर्व तयारी दाखवली... आणि किलबिल बाग जन्माला आली...

शकूनी सर्व कहाणी शुभूला म्हणजेच आदितीच्या सासूबाईंना सांगितले. आपल्या मैत्रिणीच्या आयुष्यात किती तरी गोष्टी घडून गेल्या. आपण काही करू शकलो नाही म्हणून त्यांना वाईट वाटले. तेव्हा अशी काही साधने नव्हती आणि सर्वांनी संपर्क तोडला त्यामुळे आज एवढ्या वर्षानी सर्व समजले. आपली भेट झाली ना हेच खूप आहे दामले आजी म्हणाल्या.

अगं पण तुला दामले आजी का म्हणतात? अगं दामले डॉक्टरांच्यामुळे माझ्या या पाळणाघराची ओळख झाली ना त्यामुळे ग...

माझे हे पाळणाघर खूप नावारूपास आले, अनेक गरजू बायका ज्यांना त्यांचे हक्काचे घर नाही त्या सर्वांना या किलबिल बागेत आश्रय मिळाला आणि मला मदत होऊ लागली..

बरं आता निघते मी उशीर होईल, अदिती ये हं उद्या शुभूला घेऊन..

हो नक्की येते दामले आजी... अदिती

अगं आता मावशी म्हण ग हक्काने माझ्या या मैत्रिणींची सून म्हणजे माझी पण ग.. लेकच म्हणते सून म्हणण्यापेक्षा...

दुसऱ्या दिवशी दोघी किलबिल बागेत येतात.. खरचं स्वप्नात पाहू अशी बाग होती. शुभूला आपल्या मैत्रिणीचे खूप कौतुक वाटले.. तिने दामले आजींना मिठीच मारली, शकू खूप धीराची आहेस तू.. खरचं मला अभिमान वाटतो तुझा.. लहान असल्या पासून नेहमीच दुसऱ्यांना मदत करायला तुला आवडायची. अण्णांना आवडत नाही म्हणून लपून छपून गरजूंना मदत करायचीस.. आणि आज तर काय हा मायेची छाया देणारा वटवृक्ष उभा केला आहेस.. तेवढ्यात दामले डॉक्टर बाई आणि सान्वी येतात.

शकूला बघताच सान्वी धावत येते मावशी मावशी करत.. डॉक्टर बाईंना त्या ओळख करून देतात. दर रविवारी डॉक्टर बाई आणि सानू येतात इथे. काय हवं नको सगळे बघतात, त्यांच्या मदतीमुळे किती तरी जणांनी मदत

केली आणि हि किलबिल बाग एवढी मोठी झाली..

डॉक्टर बाई म्हणाल्या, आम्ही फ़क्त निमित्त मात्र पण तुमच्या मेहनतीमुळे हे सर्व शक्य झाले.. नाहीतर पाळणाघर म्हणजे किती तरी आईंना अवघड बेडी वाटायची.. तुमच्या नवनवीन कल्पना, स्वभाव, मेहनत, मुलांना तुम्ही ज्या पद्धतीने घडवता ते खरच ग्रेट आहे. म्हणूनच तुमचा सत्कार करायचा ठरवला आहे आम्ही. पुढच्या रविवारी या नक्की..

त्या गेल्यावर शुभूचा हात हातांत घेऊन त्यांनी वचन घेतले, सानुचे सत्य बालमैत्रीण म्हणून तुला सांगितलं, माझ्या मनाचा भार हलका झाला. पण आता हे गुपित मात्र असेच ठेवायचे. शुभूने तिचा हात हातांत घेतला आणि विश्वास दिला.

पुढच्या रविवारी सत्कार समारंभ खूप छान झाला. अदितीसारख्या कितीतरी नोकरी करणाऱ्या बायकांनी आपले अनुभव सांगत दामले आजी यांचे आभार मानले आणि त्यांच्या किलबिल बागेचे कौतुक केले. कारण मुले आणि नोकरी यामध्ये ‘इकडे आड तिकडे विहीर’ होणाऱ्या या बायकांची अवस्था ओळखून दामले आजी यांनीं सुरू केलेल्या किलबिल बागेमुळे आज मुलांना आणि त्यांच्या पालकांनाही पाळणाघरासारखी अवजड वाटणारी बेडी हवीहवीशी वाटू लागली..

४

ओंजळ माझी रीतीच ग...

'ए आई, का तू त्यांना आपल्या आयुष्यात एवढे डोकावून देतेस.. वयाने मोठ्या आहेत, म्हणून काय मनाला येईल असं वागायचं का? साधे काय वागावे? कसे बोलावे? याचे मॅनर्स नाहीत का त्यांना?

'अपर्णा, गप्प बसं.. कॉलेजला गेलीस म्हणजे एवढी मोठी झालीस असे, नाही.. शेजारधर्म म्हणून काही गोष्टी करायच्या असतात.. अजून अख्खं आयुष्य जायचय तुझे, तोंड सांभाळून बोल... शिंग फुटल्यासारखी वागतेस? अवकाश आहे अजून या गोष्टीत लक्ष घालायला...' आई म्हणजेच आशा चिडून म्हणाली..

अनिलराव तिला शांत करत म्हणाले, 'हो ती अल्लड आहे पण तू का एवढी चिडचिड करते आहेस'.. आणि गालात हसले..

तर ही गोष्ट आहे दामले काकू यांची.. अशा प्रकारच्या काकू, आत्या, मामी असे कोणी ना कोणी आपल्या आजूबाजूला आपल्याला नक्कीच दिसतात... अर्थात मावशी हे नाते अशा कॅटेगरीत का येत नाही हे एक कोडे आहे, मला न सुटलेले, कदाचित माय मरो मावशी जगो' म्हणतात म्हणून असेलही.. असो मी कुठे भलतीकडेच निघाले आपली कथा सोडून.. चला बघूया कोण आहेत ह्या काकू.. आणि त्यांचा का त्रास होतोय अपर्णाला..

दामले काकू ह्यांचा स्वभावच असा होता स्वतःच ठेवायचं झाकून आणि दुसऱ्याच बघायच वाकून.. कायम सगळीकडच्या खबरी काढायच्या अन् मग् इकडच तिकडे आणि तिकडच इकडे.. अपर्णाला कळायला लागल्यास खूप राग यायचा त्यांचा. सतत कुठेही वावरायच म्हटलं की आईचं वाक्य आठवायच, मुलीची जात नीट वाग नाहीतर ह्या दामले काकू सगळीकडे वाईट सांगतील...

आज तर त्यांनी घरात येऊन दादा-वहिनी विषयी आईला काही तरी सांगायचा प्रयत्न केला होता. वहिनी अशी वागते, सूनबाईला धाकात ठेव असे आईला सांगत होत्या... हेच वाक्य माझ्या आजीला सांगायच्या.. आईच्या बाबतीत.. त्यामुळेच राग आला मला.. आणि ही आई त्यांची बाजू घेते नेहमीं, त्यांना घाबरून वागते, काय गरज आहे का? अपर्णाच्या मनात विचारांनी गर्दी केली..

आशाने बरोबर ओळखले, तिने हळूच तिच्या खोलीत येऊन तिच्या डोक्यावरून हात फिरवला. अपी, मला समजतय बाळा, पण या अशा माणसांकडे जास्त लक्ष दिले तर आपल्यालाच त्रास होतो बघ. आपण नेहमी चांगलेच वागावे...

या काकूंनी तुझ्या पहिल्या वाढदिवसाला खूप गोंधळ घातला होता, आपल्या घरात खूप मोठे भांडण झाले. मी घर सोडून निघाले होते, तेव्हा तुझ्या आजीनं मला सांगितलं तेच मी तुला सांगते, कोणी कसे वागले तरी आपण नेहमीच चांगले वागावे, कोणी किती काटे पसरले तरी आपण फुलांचा सडा घालावा, मोडायला एक मिनिट लागतें पण सावरायला अख्खं आयुष्य जाते.. आईचं बोलणे पटले आणि मी निर्णय बदलून टाकला.. तेव्हा त्यांनी सासूबाईविरूद्ध आईला सांगितलं आणि म्हणाल्या मी तुमच्या जागी असते तर लेकीला इथे ठेवलेच नसते.. आई आणि मी एकमेकींकडे बघितले आणि मी मात्र समजायचं ते समजून गेले..

त्यानंतर मात्र मी नेहमीं मला जे पटेल तेच करत आले, त्यामुळे तुझ्या आजीला पण खरे काय तें लक्षात आले. आता तीच गोष्ट त्या परत करत आहेत पण मी वैष्णवीला त्यांचा स्वभाव आधीच सांगितला आहे, त्यामुळे आमच्या नात्यात काहीच फरक पडणार नाही.. अपर्णा फक्त ऐकत होती, आई म्हणाली तू अजून लहान आहेस त्यांच्याकडे लक्ष देऊ नको.. तो वरती बसलाय ना तो सारं बघतो आहे आणि आपण जे बीज लावतोय त्याचेच फळ तो आपल्याला देतो बघ...

हळू हळू अपर्णा मोठी झाली, तिच्या लग्नाचे प्रयत्न सुरू होते, दामले काकू होत्या तश्याच होत्या.. पण आईने समजून सांगितल्यापासून अपी पण शहाणी मुलगी म्हणून वागत होती.. त्याचं हसर-खेळत कुटुंब त्याचा पाया होती आशा.. तिने सर्व कुटुंब तिच्या प्रेमाने आणि संस्काराने एक ठेवले होते.

....अपर्णा माहेरी बऱ्याच महीन्यांनी आली, दामले काकूंची अवस्था तिला बघवत नव्हती. कायम सगळी कडे पुढे पुढे करणाऱ्या काकू आज कुठे दिसल्याच नाहीत.. तिने आईला विचारले, तेव्हा आशा म्हणाली, दामले काका गेले आणि मुलांनी हात वर केले. त्यांच्या स्वभावामुळे सर्वांनी त्यांच्याकडे पाठ फिरवली.. एवढे दिवस काकांकडे बघून त्यांना सर्व लोकं सहन करत होते. आता आपल्या तालुक्याला 'सावली' वृद्धाश्रम आहे तिथे ठेवलंय त्यांना, कोण म्हणते की त्यांना वेड लागलंय.. पण मला नाही वाटत तसे.. मी दर महिन्याला जाते, तू येणारेस का?

अपर्णा हो म्हणाली, दुसऱ्या दिवशी आईने त्यांच्यासाठी थोडे खाण्याचे पदार्थ घेतले आणि दोघी मायलेकी त्यांना भेटायला गेल्या... अपर्णाला बघितलं आणि काकूंना खूप भरून आले, रडून रडून खूप मोकळ्या झाल्या...

आशाला म्हणाल्या, तू खूप चांगली आहेस ग.. तुझी हि अपी कॉलेजला असताना खूप चिडली होती माझ्यावर, पण खर तर तिला समजत होते तें

मला नाही समजले ग. नेहमीं दुसऱ्यांच्या आयुष्यात, घरात डोकावत राहिले, कोणाच्या आयुष्यात कसलेही रीतेपण आले की मला मेलीला आनंद व्हायचा.. कसा असा स्वभाव झाला तें कधी कळलच नाही बघ. साहेब नेहमीं सांगायचे, स्वभाव बदल, अशाने एकटी पडशील, पण त्यांचे ऐकले नाही कधीच...

ते म्हणायचे, अग कोणाची ओंजळ सुखाने भरता नाही आली तरी दु:ख देऊ नये ग.. पण मी माझ्याच धुंदीत होते.. आपण जे पेरतो तेच उगवत असते..

आज माझी ओंजळ रितीच आहे बघ.. तुझं भरलेले गोकूळ असेच राहूं दे बाई.. एवढे दिवस कुत्सितपणे बोलायचे पण आज मनापासून बोलते.. तुझ्या सासूबाईंमुळे म्हणजेच उमामुळे माझी सासू मला खूप बोलायची म्हणून नेहमीच तुमच्या घराविषयी असूया बाळगत आले मी.. पण तू मात्र नेहमीच चांगली वागलीस, अजून सुद्धा वागते आहेस, या माझ्या फाटक्या स्वभावामुळे माझी ओंजळ रीती राहिली ग.. खुप् उशीर झालाय आता.. कोण म्हणत मला वेड लागलंय, कारण आज किती तरी दिवस मी खिन्न होऊन एकटीच बसायचे, पण आज तुझ्याशी बोलून मोकळी झाले बघ..

नेहमीच दुसऱ्याच्या आयुष्यात रितेपण यावे म्हणून प्रयत्न केले मी. पण आजपासून मी ते रितेपण घालवण्यासाठी प्रयत्न करणार आहे, तू दर महीन्याला येतेस ना.. तर तुझ्या सारख्या काही महिला बघ आहेत का? दर आठवड्याला या इथल्या लोकांसाठी काहीतरी कार्यक्रम राबवू आपण.. खूप कला आहेत या बायकांमध्ये. त्यांचे कलागुण सादर करतील त्या, आम्ही लहान मुलांसाठी संस्कारवर्ग सुरू करू, ज्याची फी अगदी वर्षाला १०० अशी ठेवू, जेणेकरून त्या मुलांना काही खाऊ किंवा भेटवस्तु देता येतील. त्यासाठीच ह्या पैशांचा वापर करावा असे माझ्या डोक्यात आहे, दर शनिवारी हा उपक्रम करावा जेणेकरून ज्या मुलांना आजोबा- आजी नाहीत त्यांना चांगले संस्कार आणि त्यांचे प्रेम मिळावे हाच हेतू आणि घरात कोणी नाही,

सुट्टी असल्यावर मुलांना कुठे ठेवायचं हा प्रश्न ज्यांना पडतो त्यांची सोय होईल..

ह्या आश्रमात अशा ही काही स्त्रिया आहेत, ज्यांची वय जास्ती नाहीत पण लवकर लग्न झाल्यामुळे त्यांना मोठी मुले आहेत, ज्यांना आई- वडील नको होतात म्हणून काही व्यक्ती इथे आहेत त्या व्यक्ती अजूनही एकटे कुठेही जाऊ येऊ शकतात, अशा व्यक्ती कोणाच्या घरी जाऊन त्यांची मदत करू शकतात, जसे की कोणाच्या घरी काही अडचण असते तेव्हा केअरटेकर म्हणून जाऊ शकतात असे काहीतरी करायला हवंय असे वाटते मला...

दामले काकूंचे हे रूप बघून अपर्णाला खूप छान वाटले, तिने लगेच त्यांना दुजोरा दिला. ती म्हणाली काकू मी तुम्हाला साथ देईन, हल्ली सोशल मिडीया लोकं सर्रास वापरतात त्याचा आपण उपयोग करू...

लगेच आश्रमाच्या प्रमुखांशी बोलुन हि योजना अमलात आणली. आशाने तिच्या मैत्रिणींना सोबत घेऊन त्यांना मदत करायचे ठरवले. अपर्णाने सोशल मिडीया वापरून त्यांना शक्य होईल तेवढी सर्व मदत केली...

लवकरच त्यांच्या ह्या उपक्रमाचे सगळीकडे कौतुक व्हायला लागले, बघता बघता त्यांच्या आयुष्यात आलेले रितेपण भरून गेले, आणि परत त्यांची ओंजळ खऱ्या समाधानाने आणि आनंदाने भरून गेली...

माझ्या सख्ख्या माणसांनी माझ्याकडे पाठ फिरवली पण तुमच्यामुळे माझ्या रित्या आयुष्यात परत एकदा सुख आले... तरीही जे केले त्याची शिक्षा मला देवाने दिली ग.. नेहमीं दुसऱ्यांच्या आयुष्यात रितेपणा आणणाऱ्या मला, देवाने खूप मोठे रितेपण दिले आहे ग.. माझ्या कुटुंबामुळे माझ्या आयुष्यात आलेले रितेपण.. त्यांना हुंदका आवरला नाही...

आशा म्हणाली..अहो काकू, तुमच्या चुकीची उपरती झाली तुम्हाला आणि आता तर तुम्ही लोकांच्या आयुष्यात सप्तरंग उधळत आहात, त्यामुळे

असे काही मनात आणू नका.. खुप चांगले काम करत आहात.. आणि हो आज मी तुम्हाला माझ्या नातीच्या पाचव्या वाढदिवसाचे आमंत्रण करायला आले नक्की या...

हिच्याशी कशी वागले मी, तरीही हिने वेगळेच नाते जोडले माझ्याशी.. आशाच्या पाठमोऱ्या आकृतीकडे बघत काकूंनी डोळे पुसले...

मैत्रिणींनो कथा पूर्ण काल्पनिक आहे, आपल्या आजूबाजूला अशा प्रवृत्तीची माणसे असतात काही सुधारतात तर काहींच्या स्वभावात काहीच फरक पडत नाही.. आपण जे कर्म करतो त्याचे फळ आपल्याला इथेच मिळते, हेच या कथेतून मला सांगायच आहे. आज त्यांनी त्यांची चूक सुधारली पण तरी त्यांची ओंजळ रितीच होती, कारण त्यांच्या हक्काचे त्यांच्या जवळ कोणीच नव्हते...

५

आजी हा सुद्धा मातृत्वाचा एक रंगच.....

मीराताई अतिशय शिस्तप्रिय. त्यांना सर्व अगदी नीटनेटके लागायचे. जरा इकडची वस्तू तिकडे झाली की ह्यांनी घर डोक्यावर घेतलेच समजा. मीराताई म्हंटलं की त्यांच्या आधी डोळ्यासमोर येई ती त्यांची शिस्त... घरची परिस्थिती बेताची त्यामुळे दोन्ही मुलांना पाळणाघरात ठेवून नोकरी केली त्यांनी आयुष्यभर... बर ह्या पाळणाघरात ठेवताना पण सर्व चौकशी अगदी कसून केली. स्वच्छता, शिस्त, संस्कार या कोणत्याही बाबतीत कमतरता काय राहील? मुले पण गुणी होती, आई-बाबा आपल्यासाठी किती कष्ट करत आहेत याची जाणीव होती मुलांना..

दोन्ही मुले छान शिकली, मुलगा मंदार लहान होता, त्याचे शिक्षण चालू होते, मुलगी चांगली ग्रॅज्युएट होऊन नोकरी करत होती. मुलीचे लग्न जमवायला सुरु वात केली आणि मीराताई यांनीं स्वेच्छेने रिटायर व्हायचं ठरवले. मुलीसोबत काही क्षण घालवता यावे यासाठी.. आता सर्व परिस्थिती अगदी उत्तम होती फक्त या साठी त्यांना त्यांचे आईपण जगायचं राहून गेले असेच वाटायचं... तेवढी एक खंत त्यांच्या मनात होती... दिवस पुढे जात होते, लग्न जमले त्यांचे डोळे भरून आले, तशी दोन्ही मुले गुणी होती... सर्व काही छान चालू होते आता...

मुलगी मेघा लग्न होऊन गेली. सासरी तिचे फार कौतुकच झाले, कारण आईच्या शिस्तीच्या धाकात वाढलेल्या मेघाला सर्वच सवयी खूप चांगल्या होत्या.. आपल्या मुलीची काळजी नाही काहीच आता असे त्या महेशरावांना म्हणाल्या.... दोघेही बऱ्याच वर्षानं असे निवांत बसले होते. हळू हळू मंदारचे शिक्षण पूर्ण होत आले, मुलगी आता भारताबाहेर स्थायिक झाली होती काही वर्षांसाठी...

आईला घाबरत घाबरत मंदारने आपले एका मुलीवर प्रेम आहे, आणि तिच्या सोबत लग्न करणार असे सांगितलं... झाले, मीराताई खूप चिडल्या.. अरे, कोण मुलगी आहे? आपले वळण, रिती, कसे काय करणार इतर समाजातील मुलगी.. आपण ब्राम्हण.. आपल्या घरात मांस मच्छी मला चालणार नाही..

महेशराव म्हणाले, त्याच ऐकून तरी घे.. मंदारने घाबरत घाबरत सांगितलं सर्व.. आणि हो त्यांच्या कडे सुद्धा मांस-मच्छी काही खात नाहीत... वारकरी आहेत तिचे आजोबा त्यांनी माळ घातली आहे, त्यामुळे घरात काही होत नाही... तिचे नाव पण मेघाच आहे..

अरे किती चांगली स्थळ येतं होती, आणि तू काय रे? बर आधी आपण त्यांच्या घरी जाऊ, मग् इकडे बोलवून घेऊ त्यांना... घर बघायला नको का आधी?

मंदार आपल्या आई कडे बघत बसला, त्याने आईला मिठी मारली, मीराताई नाराजीनेच म्हणाल्या, असेच प्रेम कायम ठेवा म्हणजे झाले... बघता बघता लग्न झाले, लग्नासाठी आलेले पाहुणे जायला निघाले, मुलगी, जावई सुद्धा निघाले.. मीराताई म्हणाल्या, ताई ३ वर्ष झाली तुझ्या लग्नाला आता जरा मनावर घ्या... मेघा म्हणाली, ६ महिन्यात येऊ आम्ही इकडे मग् ठरवतो...

मी नसले तरी हि मेघा आहे ना तुझ्या सोबत आता.. माझी कमी जाणवणारच नाही... सर्व सोपस्कार झाले, आणि मीराताईंच्या हाताखाली मेघा-मंदारचा संसार फुलू लागला.. तसे प्रेमविवाह असल्यामुळे ती 2-3 वर्ष मंदारकडून त्यांच्याविषयी ऐकत आली होती, त्यांची शिस्त या बद्दल तिला सर्व माहित होते..

एकूण काय तर सर्व बरं चालले होते, वर्षभरातच गोड बातमी आली, त्यांनी खूप काळजी घेतली.. डॉक्टरांनी आधीच सांगितलं होते, जुळे आहेत...

नातवंडे झाली ती ही जुळी... मग् काय मीराताईंना खूप आनंद झाला... मुलांचे कपडे, खेळणी यांनीं घर अगदी भरून गेले... दोघांचे एकदम आवरायचे म्हणजे पसारा व्हायचा.. त्यात रात्री जागरण व्हायचं कधी कधी त्यामुळे घरची शिस्त मात्र हरवली होती..

सुरु वातीला खूप चिडचिड करायच्या... त्यांना अशी सवयच नव्हती... पण हळू हळू या गोष्टींकडे त्यांनी दुर्लक्ष करायला सुरुवात केली, नातवंडासोबत दिवस कसा संपायचा हे देखील त्यांना कळत नसायचे,

दोन्ही बाळं हळू हळू मोठी होऊ लागली, त्यांच्या बाळलीला बघण्यात त्यांना या साऱ्याचा विसर पडला...

त्यांची मुलगी मेघा आली, आपल्या घराचे हे रूप बघून तिला विश्वासच बसत नव्हता, आई असताना असे घर.. ती बघतच बसली.. बऱ्याच दिवसांनी पूर्ण कुटुंब एकत्र आले होते.. घर आनंदाने भरून गेले होते...

महेशरावांनी आणि त्यांच्या मुलांनी सहज चेष्टा केली... आजी या नात्यात पडलीस पण तुझी शिस्त हरवली आहे बघ...

त्या हसुन म्हणाल्या, हत्ती गेला अन शेपूट राहिले हो आता.... ह्या एका प्रेमळ स्पर्शाने समजलंय.. "नातवंडांना दूधावरची साय का म्हणतात??"

आपली आर्थिक परिस्थिती बेताची त्यामुळे नोकरी करताना घर पण नीटनेटके राहावे यासाठी हा खटाटोप केला... पण हे सर्व करताना, मुलांसोबतचे जे क्षण हरवले तें आता जगून घेते.. आता या वयात परत एकदा मातृत्त्वाचा रंग अनुभवताना आई म्हणून निसटून गेलेले क्षण आजी म्हणून अनुभवते आहे....

दोन्ही मुलांनी आईला मिठी मारली, आणि महेशरावांचे डोळे भरून आले... सूनबाई आज तुझ्या मुळे आमची जुनी मीरा, हसरी, प्रेमळ मीरा आम्हाला इतक्या वर्षांनी परत मिळाली.. खरंच माझ्या या नातवंडानी वर्षभरातच आजीला एकदम मवाळ करून टाकली.. आता आजीच्या टाळूवरचे लोणी खाणार हे दोघे... तेव्हा सूनबाईने पुढे येऊन मीराताईंची नक्कल केली, नाही हं.. माझ्या घरात मी असे चालू देणार नाही, जागची वस्तू मला त्या जागेवरच हवी आहे.. मीराताईंनं तिच्या कडे बघताच, तिने कान धरले.. आणि सर्व जोरात हसू लागले...

६

मुलींना सूर्य बनवा...

‘विणा, रेणु मला खूप गप्प वाटत आहे, काय झाल आहे?’ विणाच्या सासूबाई तिला म्हणाल्या...

‘हो आई मला पण फरक जाणवतोय, पण ती काहीच सांगत नाही आहे हो... काय करावे कळत नाही..’ विणा अन् तिच्या सासूबाई एकमेकींशी बोलत होत्या... दोघी खूप काळजी करत होत्या.. तेवढ्यात तिथे रेणुची सुचू आत्या म्हणजेच विणाची नणंद आली, आई आणि वहिनीला असे काळजीत बघून तिने विचारलं... तेव्हा, आम्हाला सुद्धा काहीच माहीती नाही ग... ती काही बोलतच नाही... किती विचारले आम्ही, नुसती रडतेय... चिडचिड करते... विणा म्हणाली...

सुचू म्हणाली...’वहिनी, शाळेत काही झाले असेल का ग तिच्या? कि मित्र-मैत्रिणी सोबत काही झालंय.. दादा पण इथे नाही.. नाहीतर त्याच्याशी सर्व बोलते बघ.. बाबा म्हणजे मित्रच तिचा...’

‘अगं हो पण पाळी यायला लागल्यापासून त्यांच्याशी पण नाही बोलत जास्त... लाजवट झाले थोडी..’ विणा म्हणाली..

सासूबाई म्हणाल्या, ‘चालायच ग.. पोरीची जात आहे..’

सुचू म्हणाली, 'गप ग आई असे काही नसते आता, पिढी बदलत जाते आहे..'

'वहिनी, मला तर हे सर्व जरा वेगळं वाटूत आहे बघ... विणा म्हणाली.

हो तिला मी शरीरात होणारे बदल, पाळी या विषयी सर्व अगदी मैत्रिण होऊन सांगितलं.. नैसर्गीक गोष्ट आहे हि... लहान असताना मातीचे डाग असायचे ना त्यासारखेच हे असतात बघ... तरी पण मला काही कळत नाही बघ... तुझ्याशी तरी बोलते का बघ बाई...

'आता रात्र झाले सकाळी बघू.....' सुचू

'अगं बाई उद्यां सोमवार शाळा आहे, तयारी व्हायचे चला झोपा आता...' विणा

सगळेच झोपतात, सकाळी रेणू रडत असते मला शाळेत जायचं नाही, शाळेचा ड्रेस नाही घालणार....

'काहीतरी गंभीर आहे का ग सुचू? माझी काळजी अजून वाढली आता...' विणा

'वहिनी, आज राहू दे तिला घरी, तू शाळेत जाऊन ये..'. सुचू

विणा शाळेत गेली, तिथल्या शिक्षकांना विचारले, तर तिथे काहीच प्रॉब्लेम नव्हता... मित्र-मैत्रिणींना पण काहीच माहिती नव्हते. आता काय करावं? प्रश्नच माहीती नाही तर उत्तर कसे शोधून काढायच? असे विचार मनात असताना नाक्यावर काही टवाळ मुले गोंधळ घालताना दिसली... खूप काही घाणेरडे बोलत होते येणाऱ्या जाणाऱ्या मुलींबद्दल... तिला ऐकवत सुद्धा नव्हते.. पण तिने त्या कडे दुर्लक्ष करून घर गाठले.

'रेणू जरा त्या कोपऱ्यावरून मला काही वस्तू आणून देतेस का?' घरी आल्यावर विणाने सांगितलं...

'मी कुठेही जाणार नाही..'. रेणू ओरडत म्हणाली....

'अगं पण का? काय झालंय? तू बोलली नाहीस तर कसे कळणार ग मला?'

'रेणू थांब, आज मी शाळेत जाऊन आले, तिथे काहीच झालं नाही आहे. मग् जाता-येता तुला कोणी त्रास दिलाय का?'

आता रेणू रडायला लागली... 'माझा संशय खरा ठरला म्हणजे?' विणा सुचूला म्हणाली...

'अगं नाक्यावर काही टवाळ पोर होती, काहीतरी बोलत असतात घाणेरडे... ऐकले आता मी येताना...' विणा

'आई...' म्हणुन जोरात मिठी मारुन रेणू रडायला लागली..

'शांत हो बाळा, रडू नको... असे अजून कितीतरी अनुभव येतील तुला... पण त्याला घाबरून किती दिवस घरात बसून राहणार आहेस? सांग मला आता काय झाले तें?'

'तुझ्या जवळ कोणी येऊन तूला हात लावला का?' सूचू आत्या म्हणाली...

'नाही ग आत्या...'

'मग् काय झाले बाळा....'

'मला नाही घालायचा तो युनिफॉर्म... तो मला चांगला नाही दिसत...' शाळेत जायचं म्हणजे युनिफॉर्म घालायला हवा.. रेणू रडत सांगत होती..

विणा म्हणाली, 'हे बघ रेणू कोड्यात बोलू नको.. स्पष्ट सांग...'

'अगं आई, पुढच्या वर्षी पासून पंजाबी ड्रेस आहे, सातवी पर्यंत हे असे स्कर्ट टॉप त्यात माझी छाती दिसते, केवढे बॉल आहेत असे चिडवतात

तिथली मुले...'

आता सर्व प्रकार लक्षात आला... आजी मात्र घाबरून गेली, पोरीची जात, 'जाऊदे आपण रस्ता बदलू यायचा- जायचा... कोणीतरी रोज तूला सोडायला येईल आणि आणायला येईल... ६ महिन्यात पुढच्या वर्गात गेलीस की ड्रेसच बदलेल...'

'अहो, आई असे कसे म्हणता तुम्ही? आपली काही चूक नसताना आपण का सहन करायच? आणि त्यांना असेच का सोडायचं?'

'रेणूची छाती तिच्या वयाच्या मुलींपेक्षा थोडी जास्त आहे, मला माहिती आहे, पण हे सर्व नैसर्गीक आहे ह्यात तिची चूक काय? आणि कपडे कोणतेही घाला... त्यांची स्त्रीकडे बघण्याची नजर यांवर सर्व आहे... मी त्यांना चार खडे बोल सुनावणार, नाही ऐकले तर तक्रार करणार...' विणा रागात बोलली...

'तुम्हाला काय करायचं तें करा पण तिचा बाप इथे काही महिने नाही, घरात पुरुष नाही म्हणून अजून काही झालं तर काय करणार आहात?' सासूबाई म्हणाल्या..

'आई तू गप्प बसं.. मला वहिनीचे पटतय..' सुचू म्हणाली..

'काय करायचं तें करा... दिंडोरा पिटा या गोष्टीचा... सर्व बायकांना मिळू दे विषय... चर्चेला... न्या घराची अब्रु वेशीवर..'. सासूबाई निघून गेल्या बडबड करत...

'सुचू मला वाटत हा मातृत्वाच्या वाटेवर येणारा एक टप्पा आहे आणि त्यात जर मी योग्य मार्ग दाखवू शकले नाही तर कोठेतरी कमी पडेन.. यातून योग्य तो मार्ग काढला पाहिजे आणि हे न लपवता... मी ह्यांच्याशी फोनवर बोलून घेते, पण तें पण मला सपोर्ट करतीलच...' विणा म्हणाली...

सुचूने तिचा हात हातात घेऊन तिला होकार दिला... आपण शांतपणे विचार करून लवकरात लवकर ह्याचा सोक्ष-मोक्ष लावून टाकू...

विणाने प्रसादला म्हणजे तिच्या अहोंना फोन लावला... एक आई म्हणून खंबीरपणा दाखवत असली तरी एक स्त्री म्हणून तिला कुठेतरी भीती वाटत होती... प्रसादचा आवाज ऐकला अन् तिला भरून आले... सर्व परिस्थिती सांगितली. ते ऐकल्यावर प्रसाद तिला म्हणाले, तू योग्य ते करशील खात्री आहे मला, आणि तू जर रडलीस तर रेणू सुद्धा अशा अन्यायांना कधीच वाचा फोडू शकणार नाही.. तिच्यावर असे संस्कार करणार आहोत का आपण...? तिला अबला म्हणून घडवायचे आहे का? आपण मुलगा- मुलगी भेद कधीच केला नाही.. मग आता का असा विचार करायचा? आणि जर असे केले तर तिच्या मध्ये होणारे नैसर्गीक बदल ती हसत खेळत ॲक्सेप्ट करू शकणार नाही ...

विणाने मनाशी निर्धार केला.. रेणूला समजून सांगितलं, 'असे कोणाला घाबरून घरात बसायच नाही.. अजून तुझे अख्खं आयुष्य जायचे आहे, किती तरी अनुभव येतील.. कोणी अश्लील कंमेंट करत.. कोणी कोठेही हात लावायचा प्रयत्न करते, अश्या वेळेस घाबरून न जाता विरोध करायचा... जोरात ओरडायचे... नाही म्हणून... सहन करायच नाही. दुर्लक्ष करायचं नाही... समजलं ना बाळा.. घरी येऊन आई- बाबांना न घाबरता सर्व सांगायचं... आम्ही नेहमीं तुझ्या सोबत आहोत...'

'उठ, आवर बरं.. आज शाळेत जायचं आहे, तुला कोणी काही बोलल तर त्याला जोरात म्हणायच हिम्मत असेल तर ये समोर.... मी आज तुझ्या मागून येणार आहे, तू पुढे होऊन हिम्मत दाखवायची... मी तुझ्या सोबत असणारच आहे... हि तर सुरुवात आहे बेटा... रेणूला आईच बोलणे ऐकून धीर आला, ती आज ४ दिवसांनी शाळेत आली...

घरी जायची वेळ झाली तशी खूप घाबरली, टेन्शन आले तिला... गेटबाहेर आई आणि आत्या आलेली दिसली आणि तिचा जीव भांड्यात पडला... विणाने नजरेने खुणावले तू पुढे हो आम्ही येतोय...

रेणू तिच्या मैत्रिंणी सोबत चालली होती... जायचा यायचा रस्ता तोच होता... मुले तिथेच बसली होती... शाळा कॉलेज सुटल्यावर भरपूर मुली जातात येतात त्यामुळे ही वेळ चुकवायची नाही असे गप्पा मारत होते...

'ते बघ आल फुलपाखरू ते बघ.. बाकी सगळे लहान आहेत रे बॉल वाल एकच आहे तें बघ... असे काहीस बोलत होते... रेणूचे डोळे भरून आले, आईच वाक्य आठवून लगेच तिने सावरले... आणि मोठ्या आवाजात बोलली.. कोण आहे? कोण बोलतंय हिम्मत असेल तर ये समोर... १३ वर्षाच्या मुलीची हि हिम्मत बघून एक जण म्हणाला, 'मी बोललो, काय करणार आहेस? आई बापाला घेऊन येणार आहेस ये घेऊन... आपण नाय घाबरत कोणाला? ते किती दिवस येतिल १-२ दिवस नंतर तुझी कशी वाट लावून टाकीन मी ते बघ तू.... सणसणीत चपराक बसली.... जोरात आवाज.. सर्व बघू लागले... तो पलटून रेणूला मारणार एवढ्यात अजून एक बसली... विणा पुढे आली...

जोरात त्याला म्हणाली, बॉल म्हणत नाहीत त्याला... तुला शुद्ध मराठी भाषेत सांगतें, त्याला स्तन म्हणतात, छाती.. जी सर्वांना असते फक्त स्त्रीला थोडी जास्त असते... शरीराच्या इतर भागांइतकाच महत्त्वाचा भाग आहे... असा भाग ज्याने तुला लहान असताना पोसले, दूध पाजले... म्हणुन आज तू एवढा मोठा झालास... जे तुझ्या आईला, बहिणीला, आजीला सर्वांना आहे... त्यांच्या सोबत असे कोणी वागले तर काय करशील? सगळा चौक ऐकत होता... बायकांनी टाळया वाजवल्या किती तरी मुलींनी विणाचे आभार मानले, त्यांना होणारा त्रास कबुल केला... सर्व मुलांनी तिथुन पळ काढला. त्याला एकट्याला मेल्याहून मेल्यासारखे झाले...

आपण सर्व जण गप्प बसतो म्हणून ह्यांचे फावते... **सगळ्यांनीच आपल्या मुलींना आंखों के तारे बनवण्यापेक्षा तळपता सूर्य बनवा, म्हणजे तिच्या प्रखर तेजाने कोणीही तिच्याकडे वाकड्या नजरेने**

बघायची हिम्मत कधीच करणार नाही...

सर्व जण टाळ्या वाजवतात... रेणू आपल्या आईकडे अभिमानाने बघते... विणा रेणूला घेऊन घरी येते... सूचू वहिनीला बोलते, वहिनी तू मातृत्वाची प्रत्येक वाट अगदी सहज पार करतेस वहिनी... खरच तू एक आदर्श आई आहेस.. रेणू खूप लकी आहे... रेणू आईला प्रेमाने मिठी मारते...

आई, तू शिकवलेला हा धडा मी नेहमी लक्षात ठेवेन.. कधीच घाबरून घरात बसणार नाही... अन्याय सहन करणार नाही.. तेवढ्यात तिचे मित्र-मैत्रिणी तिला बोलवायला येतात.. रेणू आज बऱ्याच दिवसांनी त्यांच्या सोबत खेळायला जाते... आजी देखील विणाचे कौतुक करते....

७

अन् मातृत्वाची दिशा बदलली...

आरती, झाला की नाही डबा? किती वेळ, मला उशीर होतोय, माझे घड्याळ, रुमाल, पाकीट... कुठे आहे? आनंद मोठ्या मोठ्याने ओरडत होता...

रेखाताई डोळे काढत आपल्या मुलाकडे म्हणजेच आनंदकडे बघत होत्या... आनंद हसून म्हणाला, ए आई, कम ऑन.. आता माझ्याकडे अशी बघू नकोस हं... मी आता काही लहान आहे का? दोन मुलांचा बाप झालोय मी आता...

रेखाताई रागात म्हणाल्या, हो पण वागतोयस लहान मुलासारखाच... आनंद हसत म्हणाला, आई तू पण ना...

रेखाताई रोजच हे सारं बघत होत्या... त्यांना सतत वाटत असे, आनंदला घडवताना एक आई म्हणून मी कमी पडले का? असे वाटायचं त्यांना...

विचार करता करता भूतकाळात हरवल्या... घर म्हणजे पिंजरा.. घरातल्या बाईला काडीची किंमत नाही.. हे सर्व बघत आनंद मोठा झाला.. जसा जसा मोठा होत गेला तस मी त्याला किती वळण लावले, स्वत:ची कामे स्वतः करावी... अगदी एकटा राहिला कधी तर पोट भरल जाईल असे सोपे पदार्थ पण मी त्याला शिकवले... तरी हा असा का वागतो? आरतीला तर अगदी काही बाही बोलतो.. घरची लक्ष्मी आहे ती.. काय करू मी आता?

ह्याला घडवताना मातृत्वाच्या वाटेवर मी कोठें तरी कमी पडले हेच खरे....!!! अशा विचारात असताना त्यांची मैत्रीण आली... शिल्पा.. मैत्री म्हणजे एवढी जीवा-भावाची काही विचारू नका... चेहरा बघताच शिल्पाने ओळखलं काहीतरी गडबड आहे.... ती लगेच म्हणाली, रेखा तू उद्यां दिवसभर माझ्याकडे यायचं आहेस हं... किती दिवसात आपले काही बोलणंच नाही झाले..

आरतीने सुद्धा दुजोरा दिला... हो मावशी न्या त्यांना जरा बाहेर.. बाबांना जाऊन ३ महिने होतील पण आई अजिबात बाहेर गेल्या नाहीत... फार फार तर घराबाहेर असलेल्या या बागेत बसतात.. आई तुम्ही खरच जा... मावशी तुम्ही थांबता का आज मस्त प्लॅन करू... शिल्पा मावशी लगेच तयार झाली...

संध्याकाळी मस्त पाव-भाजीचा बेत केला... सर्व आवरून आरती सुद्धा बाहेर सर्वांमध्ये पत्ते खेळायला बसली... शिल्पा मावशी आरतीला म्हणाल्या, आता तू सुद्धा काहीतरी सुरू कर... एवढी चांगली शिकलेस.. घरात नको बसून राहू.. घरातील कामे किती करा.. कोणाला किंमत नसते बघ... आरतीने भरून आलेले डोळे सावरत खोटे हसु आणत हो म्हणाली.. अगदी कोरडे... रेखाताईंनी शिल्पाचा मुद्दा उचलून धरला, अगदी माझ्या मनातलं बोललीस.. आरती खरचं तू विचार कर...

तेवढ्यात आनंद ऑफिसवरून आला, तस आरती उठून पाने घ्यायला गेली... सर्वांना पाव गरम करून देतादेता तिला उशीर झाला.. शिल्पा मावशीने हसत हसत आनंदला सांगितलं... तिला जरा पाव गरम करून दे आता... मावशी होती म्हणून काहीच न बोलता आनंदने केले... परत गप्पांचा फड बसला.. आज बाबा गेल्यानंतर आई पहिल्यांदा एवढी हसत आहे हे बघितलं आणि आनंद खुश झाला..

शिल्पा मावशीने घाई केल्यामुळे आरती घाई-घाईत आवरून बाहेर आली... उशीर झाला होता पण आईला एवढे खुश बघून आज मी सर्वांना

कॉफी करतो असे म्हणत आनंद आत गेला.. आरती बघतच बसली... आत गेल्यावर त्याने बघितल तर काय घाई घाईत आवरल्यामुळे ओट्यावर पसारा तसाच राहिला होता... तो जोरात आरतीवर ओरडला... काय ग हे? एक काम धड करत नाहीस.. घरात तर असतेस.. तरी नीट काही करत नाहीस.... नुसती वेंधळी आहेस... सगळयां समोर असे बोलल्यामुळे आरती रडत आत गेली..

रेखाताई मात्र खूप रागावल्या... आनंद, बस झाले तुझे हुकूमशाही वागणे... हे असे शिकवलं आहे का मी तुला? काय फरक आहे तुझ्या बाबांमध्ये आणि तुझ्यामध्ये? तिला बोलताना ती जे काम करते ना... तेच काम तू रोज करून दाखव मला... त्याच उत्साहाने, तेवढेच नीट-नेटके... कंटाळा आलाय, दमलो असा शब्द काढायचा नाही... मी जे सहन केले ते माझ्या सूनेने करू नये म्हणून तुला मी शिस्त लावली, पण तू तुझ्या घराण्याचा वारसाच पुढे चालवतो आहेस.. आज मातृत्वाच्या या प्रवासात मी कमी पडले शिल्पा, शेवटी काही गोष्टी शिकवून काही उपयोग नसतो ग... मोठ्या माणसांच्या अनुकरणातून ते शिकत जातात ह्याचे उत्तम उदाहरण म्हणजे हा माझा आनंद आहे बघ शिल्पा... आता ह्याचे अनुकरण ह्याची मुले करणार... हीच भीती आहे मला.. पण आता मी मातृत्वाची वाट बदलणार आहे, माझ्या सूनेसाठी सासू रुपाने जे मातृत्व मला मिळालं आहे ते मी जपणार आहे... आईचं हे रूप बघून आनंदला वेगळेच वाटले...

खूप दिवसांनी मन मोकळे झाले त्यांचे.. बोलून एकदम खाली बसल्या.. शिल्पा मावशींनी सावरले त्यांना... त्यांचा हात पकडून सावरले... तसे त्या म्हणाल्या, मनावरचे दडपण गेले बघ... मोकळे वाटूत आहे मला... खुप उशीर झालाय, झोप आई तू... आनंद म्हणाला..

रेखा ताई हसुन म्हणाल्या, खरच उशीर झालाय आता... हे सर्व मी आधीच करायला हवे होते मी... आरती, बाहेर ये, रेखाताईंचा आवाज ऐकून आरती बाहेर आली... आरती तुला लग्नानंतर नोकरी करायची होती ना... पण

पुरूषप्रधान आपल्या या घरात नेहमीच स्त्रियांना कमी लेखले गेले... हा बदल व्हावा म्हणून आनंदला घडवताना मी बरेच बदल केले.. पण मातृत्वाच्या या प्रवासात मी कमी पडले कारण घराणेशाहीचा प्रभाव...

आता असे नाही आता आपण या मातृत्वाची दिशाच बदलून टाकू... तू नोकरी कर, तुला पुढे P.H.D करायची होती ना.. ती पण कर मी आहे... माझा तुला पाठींबा आहे... तू घरात नसलीस की प्रत्येक जण आपली कामे आपणच करेल.. आणि ह्या सासूरूपी मातृत्वाची वाट मी घडवणार आहे... आरतीने त्यांना नमस्कार केला... आई तुम्ही झोपा आता, उद्यां बोलू आपण.. मी तुमचे सर्व ऐकेल.. पण आता झोपा... नाहीतर तब्येत खराब होईल आई...

उद्याची सकाळ एक नवीन प्रकाश घेऊन येणार होती... या विचारात आरतीला झोप लागली... उशीर झाला उठायला.. पण बराच बदल झाला होता.. रविवार असला तरी लवकर उठून आनंदने सर्व आवरायला घेतले होते...

आईला त्याने प्रॉमिस केले, तो असा परत कधीही वागणार नाही, त्याची चूक त्याने कबुल केली...

वर्षात घराचे रूप पालटून गेले... सर्वांना स्वयंशिस्त लागली होती.. आरतीने राहिलेले शिक्षण पूर्ण करून घराजवळच स्वत:चे ऑफिस काढले... प्रत्येक जण जबाबदारीने वागत होता... त्यामुळे घरातील बारीक सारीक कामाचं महत्त्व प्रत्येकाला समजलं होते.. आणि रेखाताईंना आपले असे हे घर बघून वेगळेच समाधान मिळाले... आणि मातृत्वाची वाट घडवताना आपण कमी नाही पडलो याचा आनंद झाला.

८

लाल परी...

रेवाला लहान असल्या पासून गणपती बाप्पाचे खूप वेड, बागेत जाऊन बाप्पाला आवडतात म्हणून जास्वंद, दूर्वा सर्व काही गोळा करायची... फुले धुवून त्याचा हार करायची, दूर्वांच्या जूड्या करायची.. गणपती भक्त होती ती.. बाप्पाला आवडतो ना लाल रंग म्हणून मला आवडतो.. तिच्या आजीला तिचे खूप कौतुक वाटायचे... तिची गणपतीवरची अफाट श्रद्धा, पाठ असलेले गणपती स्तोत्र, अथर्वशीर्ष ती रोज खणखणीत आवाजात बोलायची.. तेव्हा तर तिची आजी तिच्या चेहेऱ्यावरून हात फिरवायची कौतुकाने बोटं मोडायची..

रेवा हळूहळू मोठी होत होती.. बुद्धीने खूप हुशार.. जणू काही बुद्धीदाता गणरायाचा वरदहस्तच होता तिच्यावर... सगळयात पहिला नंबर.. गोरी गोरी पान त्यात लाल रंग आवडीचा म्हणून तीच छटा असलेले ड्रेस घालायची खूप मोहक दिसायची... आजी तर तिला जास्वंदीच फुलच म्हणायची... आई लाल परी म्हणायची...

आता रेवा १३ वर्षाची झाली होती... आई विचारच करत होती.. शरीरात होणारा बदल तिला कसा सांगावा... अन् ती वेळ लवकरच आली.. दोन-तीन दिवसापासून रेवाचे पाय दुखत होते, पोट दुखत होते.. सकाळी सकाळी ती उठली तेच आईला जोर जोरात हाक मारत... अगं आई हे बघ काय? आई

हसुन म्हणाली.. अगं लाडू घाबरू नको.. आता तू मोठी झालीस... माझी लाल परी आता मोठी झाली... आईने आजीला सांगितले.. आजीनं तिला न्हाऊ-माखु घालायला सांगितलं... आई रेवाला खूप छान प्रकारे अंघोळ घालत होती.. पाय दुखतायत का? पोट, कंबर दूखते का? या दिवसात कशी स्वच्छता ठेवायची, कशी काळजी घ्यायची आई सर्व काही अंघोळ घालता घालता सांगत होती... तोपर्यंत आजीनं बाहेर मस्त गोड शिरा केला..

रेवा बाहेर येताच, आजीनं तिला छोटासा सोन्याचा दागिना दिला, गळ्यातील चेन... आजीनं स्वतःच्या हाताने घातली.. शिरा भरवला सगळं कस छान वाटत होते.. सगळेच काळजी घेत होते.. या एका लाल रंगाने रेवाचे आयुष्य बदलून जाणार होते... पहिलीच वेळ त्यामुळे कोडकौतुकात गेली... नंतर मात्र हळु हळू होणाऱ कौतुक कमी झाले...

रेवाला हा लाल रंग मात्र नकोसा वाटू लागला.. कारण आजीचे खूप सोवळे-ओवळे असायचे, तिला जास्वंदीला पण हात लावू द्यायची नाही आजी... आईने खूप समजावल रेवाला... अगं बाळा, तू जरी मोठी झाली असे मी म्हणाले ना तरी तुझे बालपण अजून जगायचं आहे ग तुला... मातीत, चिखलात खेळताना ते डाग लागले म्हणून घाबरून जातेस का नाही ना? तसाच हा डाग पण नैसर्गीक आहे बाळा...

रेवा म्हणाली हो ना... मग् आजी मला का ओरडते? जास्वंदीचा हार पण करून देत नाही... माझा बाप्पा माझी वाट बघत असेल की? आईला हसायला आले.. तिचे हे वाक्य ऐकून... काय बोलावे विचार करत असताना आजी आली.. आजीनं खूप छान समजावल रेवाला.. ती म्हणाली, अगं हो ग.. खूप वाट बघत होता बाप्पा तुझी... रुसून बसला होता.. रेवाच्या हातचा जास्वंदीचा हार हवा मला, असे म्हणत होता... आजी असे बोलताच रेवा अजून फुगून बसली... नाक लाल झालं अगदी जास्वंदी सारख... अन् म्हणाली, गप्प बसं ग आजी बाप्पा कधी बोलतो का?

आजी प्रेमाने म्हणाली, नाही ग बाळा, पण खरच स्वप्नात आला होता बाप्पा... रेवा म्हणाली, काय खरच....!!!

आजी हसली.. अन् सांगू लागली, हो.. तो म्हणाला, रेवाला किती त्रास होतो ते ४ दिवस त्यामुळे तिला माझे कोणतेच काम सांगायच नाही... तिला आराम करू द्यायचा... थोडे रेवाचे ऐकून घेताना आजीनं हळूच स्वतःची बाजू सुद्धा बाप्पाचा आधार घेत तिला समजावली... जबाबदारीने वागण्याचा सल्ला दिला.. स्त्रीच्या आयुष्यात येणारा हा प्रसंग म्हणजे, पण.. रेवाचे सार लक्ष आता बाहेर तिच्या मित्र-मैत्रीणींमध्ये होते तें आजीच्या लक्षात आल्यावर, आजीने मात्र हसत हसत सांगितलं, आग बाप्पाने मला हे पण सांगितलंय की हे चार दिवस रेवाला घरीच खेळायला ठेवा कुठे बाहेर जाऊ देऊ नका.. कारण धावपळ करताना जर हा लाल रंग बाहेर आला ना... तर तिला खूप त्रास होईल...

रेवाला सारं खरच वाटूत होते, आजीने मस्त आयडिया केली त्यामुळे आई अगदी गालातल्या गालात हसत होती... ते दिवस संपले, रेवाने लवकर उठून जास्वंदीची फुले काढली, मोठा हार केला आणि गणपती बाप्पाची मनोभावे पूजा केली.. लाल रंगाचा ड्रेस आज बऱ्याच दिवसांनी घातला... किती छान दिसतंय माझे जास्वंदीचे फुल असे म्हणत आजीने बोटं मोडली... लाल परी माझी खुश दिसते म्हणत आईनं काळा तीट लावला... मग् रेवा सर्वांना जास्वंदीची फुले वाटायला निघून गेली...

अहो आई, किती छान समजावून सांगितलं तुम्ही तिला, खरच.. मला तर टेन्शनच आले होते... आजी म्हणाली, अगं नैसर्गिक गोष्ट आहे ही.. विटाळ वगैरे जुने झाले आता... सगळे समजते ग.. पण संस्कार झिडकारून नाही टाकता येत ग.. पोर हिरमूसली मलाच वाईट वाटले. एक मन म्हणाले करू दे तिला हार... पण आमच्यावर झालेले संस्कार ग मन नाही तयार झाले, तुला सांगू वाईट विचार पहिले येतात ना ह्या मनात... मन म्हणाले, पोरीचं

काही वाईट झालं तर नको... मग् अशी शक्कल लढवली... खोट बोलले ग मी तिच्या सोबत...

असुदे हो आई... पोरगी हसली ना मनापासून मग् चालतंय की... लाल परी आपली किती दिवसांनी अशी मनमोकळी हसली बघा... नाहीतर पाळी विषयी भलतच काही मनात घेऊन बसली असती बघा...दोघींची नजर घराच्या बागेत गेली... दोन्ही जास्वंदी अगदी मस्त डोलत होत्या....

१

मातृत्वाचा दागिना....

सान्वी लहान असल्यापासूनच खूप हट्टी होती.. आई विना पोर म्हणून सर्वच जण तिला जपायचे, आजीची तर ती खूपच लाडकी होती...

बाबांचे दुसरे लग्न लावायचा प्रयत्न सुरू होता... पण हि ७ वर्षाची चिमुरडी काही ना काही करून मोडून काढत होती... दोन्ही आजी बाई समजावून दमल्या तिला, अगं सगळ्याच सावत्र आई काही खडूस नसतात.. आणि आम्ही आहोत ना तुला काही त्रास दिला तर आम्ही तिला ओरडू... पण तिच्या मनात सारखी भीती होती.... पिक्चर मध्ये दाखवतात तशी ही आई मला त्रास देईल... बाबा पण तिचेच ऐकतील... अन तिच्या आईची शेवटची आठवण म्हणजे तिचे मंगळसूत्र, ते पण त्या आईला देतील असेच तिला वाटायचं..

सर्वांनाच काळजी वाटत होती, हिला कसे समजावून सांगावे? तिची आई म्हणजे सविता एका अपघातात दोन वर्षापुर्वी गेली.. तेव्हा पासून हिला सर्व जण जपत होते, पण आता तीचा हा हट्ट म्हणजे जरा अतीच होता.. कसे सांगावे? आता हिला.. तिच्या बाबांच्या आईनं तिच्याच मावस भावाची मुलगी पसंत केली, तिचे पण लग्न होऊन घटस्फोट झाला होता, तिला एक मुलगा होता.. पण ही चिमुरडी ऐकायला तयारच नाही.. तो मुलगा म्हणजे त्याचे लाड होणार, माझे नाही.. हा एकच हट्ट धरून बसली.. तिच्या हट्टापुढं

सतीश पण नाही म्हणाला..

दोन्ही आजी अजून चिंतेत गेल्या... शेवटी सविताच्या आईनं तोडगा काढला.. सविताची एक मैत्रीण वय वाढलेले होते, त्यात परिस्थिती नाही म्हणून लग्न होत नव्हते.. तिच्या घरी जाऊन तिने सर्व परिस्थिती सांगितली.. ते सर्व ऐकले तरी सुषमा लग्नाला तयार झाली.. त्यामुळे दोघी आजीबाईंना बरे वाटले.. आता सतीश काय म्हणतोय? म्हणुन त्यांना काळजी वाट्त होती.. सासूबाई बोलतायत म्हणून जावई तयार झाला मुलीला भेटायला...

सतीशने सुषमाची भेट घ्यायची ठरवली. अन फ़क्त सानुच्या भविष्यासाठी, आणि आपल्या आईच्या इच्छेसाठी मी तयार आहे.. माझ्याकडून बाकी कसलीच अपेक्षा करू नको.. असे त्याने आधीच सांगितलं..

सुषमाला हे ऐकताच खूप वाईट वाटलं.. पण किती दिवस घरच्यांचे टोमणे ऐकायचे म्हणून ती तयार झाली..

लग्न झाले.. तिच्या घरची परिस्थिती अगदीच बेताची होती, त्यामुळे त्यांनी तिला कोणताच दागिना केला नाही.. अन सान्वीने आपल्या आईच मंगळसूत्र काही दिले नाही.. शेवटी सविताच्या आईनेच तिची आई होऊन सर्व काही केले..

सान्वी तिला खूप त्रास द्यायची, ए दुसरी आई, अशीच हाक मारायची.. ती ओरडली की मुद्दाम खोटे रडायची.. सुषमाला दोन महिन्यात सर्व गोष्टींचा अंदाज आला.. दोन्ही आजींना आधीपासूनच माहीत होते... त्यामुळे त्या सुषमाला काहीच बोलायच्या नाहीत.. त्या उलट तिला म्हणायच्या मारलेस तरी चालेल... पण सतीशला मात्र अजिबात सहन व्हायचे नाही...

सुषमाने मग् तिच्या मैत्रीणीला म्हणजे तिच्या शाळेतल्या टीचरला सांगून एक प्लॅन तयार केला.. अन सतीशला खऱ्या परिस्थितीची जाणीव करून दिली... त्याने त्या दोघींचे आभार मानले अन गोड बोलून सान्वीला

योग्य शब्दात समज दिली.. तसच या पुढे तिने सुषमाशी नीट वागायचं, तिचे ऐकायचं असे कबूल करून घेतले.. सान्वीने खूप तमाशा केला.. पण तिची बाजू घेणार कोणी नाही हे तिला आता समजले होते, सुषमाचा खूप राग यायचा तिला..

सुषमा तिला खूप समजून घेत असे. हळू हळू सुषमा आणि सतीशचे नाते पण फुलत होते.. पण नवरा-बायकोचे नाते त्यांच्यात कधीच नव्हते.. आणि ते सतीशने तिला आधीच सांगितले होते.. तिला खूप वाईट वाटायचं, तिच्या अपेक्षा तिने मनात तश्याच ठेवल्या...

सान्वीला तिने कधी सावत्रपणा दाखवला नाही.. पण सान्वी मात्र नेहमीच तिच्याशी वाद घालायची...

हळू हळू सान्वी मोठी होत होती.. सतीश कामानिमित्ताने सतत बाहेर असायचा.. सुषमा मात्र सान्वीसाठी नेहमीच तत्पर असायची.. तिने सान्वीला खूप प्रेमाने समजवायचा प्रयत्न केला, पण तो नेहमीच अयशस्वी ठरला... त्यात सतीशची आई आजारी असायची, त्यांची पण ती काळजी घ्यायची.... त्यांनी एकदा सुषमाला बोलावून सांगितल, मला खूप काळजी होती बघ ह्या सानुची... पण आता नाही.. तू आहेस, आता माझे काही झाले तरी चालेल.. पण तुझ्यासाठी मात्र मला वाईट वाटत.. ह्या पोरीसाठी तू एवढे करतेस.. त्याची तिला किंमत नाही.. सुषमा हसत म्हणाली, तिला नक्की कळेल एक दिवस.. मला पूर्ण विश्वास आहे...

सान्वी सर्व ऐकत होती, तिने चुकीचाच अर्थ काढला नेहमीप्रमाणे खूप भांडली... सतीश घरी आल्यावर त्याला उलट सुलट सांगितलं.. पण त्याने सुद्धा सानुला सुनावले... रागाने ती जेवली नाही.. म्हणुन सुषमा सुद्धा जेवली नाही... तिची समजून काढायला गेल्यावर तिने सांगितल, मला तुझ्या आईची जागा नको, तिची आठवण म्हणून असलेला हा दागिना म्हणजे मंगळसूत्र पण नको.. मला फक्त तू आई म्हणून स्वीकार.. ज्या दिवशी तू हे करशील त्या

दिवशी मला मातृत्वाचा दागिना मिळेल... तोच माझा खरा पहिला दागिना.. पण ऐकेल ती सानु कसली..?? आहे तसेच चालु राहिले..

काही दिवसांनी आजीची तब्येत बिघडली, तिने सतीशला बोलवले आणि त्याचा शब्द मागे घ्यायला सांगितला. सुषमा खूप चांगली आहे, ती कधीही भेदभाव करणार नाही.. तू तिचा बायको म्हणून स्वीकार कर.. तिच्याही काही अपेक्षा असतील त्या पूर्ण कर... असे सांगून आजीनं निरोप घेतला...

आईचे शब्द सतीशच्या कानात घुमत होते... महिना झाला तरी तो त्याच गोष्टींचा विचार करत होता... गॅलरीत शांत बसला होता.. तेवढ्यात सुषमा जेवायला येताय ना म्हणून बोलवायला आली.. त्याचा बांध सुटला.. तिच्या मांडीत डोक ठेवून तो खूप रडला.. आज ५ वर्षांत पहिल्यांदाच त्याने तिला स्पर्श केला होता... सुषमा गोंधळून गेली.. तेवढ्यात सानु आली, त्यामुळे तो विषय तिथेच राहिला..

काही दिवसांनी परत सर्व नॉर्मल झाले, दोघेही आता शरीराने, मनाने जवळ आले होते. सान्वीला समज आल्यापासून ती हि जरा बरी वागत होती..

आता तिची १२ वीची परीक्षा त्यामुळे सुषमा तिचे टाइम टेबल सर्व व्यवस्थित सांभाळत होती.. एकूण काय सर्व छान चालू होते.. अशात दृष्ट लागली.. सतीशचा अपघात झाला आणि तो गेला... आता सुषमा आणि सान्वी दोघी होत्या एकमेकांसाठी... जे काही सेव्हींगस होते त्यावर चालु होते.. सुषमा काही ग्रॅज्युएट नव्हती.. त्यामुळे तिला नोकरी मिळायला त्रास झाला... छोटी- छोटी नोकरी करत ती घरखर्च चालवत होती... सतीशचे सर्व सेव्हींगस तिने सानूसाठी ठेवले... सानुचे प्रेम होतेत्यामुळे तिने सुयश सोबत प्रेमविवाह करायच ठरवलं.. सुषमाने कसलीही आडकाठी केली नाही. सर्व चांगले आहे, सानु खुशीत राहील असा तिला विश्वास वाटला...

पण, त्याची आई जरा खडूस होती.. त्यात सतीश गेल्यामुळे ह्यांची परिस्थिती जेमतेम होती.. कोणताही बडेजाव न करता थोडक्यात लग्न करावे लागले, त्यात सान्वी येताना हवे तसे दागिने घेऊन आली नाही म्हणून सासरी सर्व हिणवत होते... तिच्या सासूच्या मैत्रीणींनी तिच्या सावत्र आईला नाव ठेवले, सावत्र आई आहे ना म्हणून असे मुद्दाम पाठवले असेल, सगळे स्वतः घेतले आणि लेकीला लंकेची पार्वती म्हणून असे हे मंगळसूत्र घालून पाठवले.. अन कुत्सितपणे हसू लागल्या.. आता मात्र तिचा स्वतःवरचा ताबा सुटला... "माझ्या आईची शेवटची आठवण म्हणजे हे मंगळसूत्र आहे.. जे माझी इच्छा होती की मीच घालावे, तिचा आर्वादाचा हात आहे ह्यामध्ये... अन माझ्या सुषमाई ला नाव ठेवायचा तुम्हाला काही अधिकार नाही... आज ती आहे म्हणून मी आहे.. तिने मला योग्य संस्कार दिले, शिस्त लावली.. संयम, वक्तशीरपणा, मोठ्यांचा सन्मान या सगळ्या गोष्टी कोणत्याही अपेक्षा न ठेवता शिकवल्या.. बाबा गेल्यावर सुद्धा त्यांनी कमावलेला एक पैसाही तिने स्वतःला न घेता सर्व काही मला दिले.. कधीच सावत्रपणा तिने मला दाखवला नाही.. तो कायम मी तिला दाखवत आले.. माझ्यासाठी तिने तिची कूस न उजवण्याचा निर्णय घेतला.. पण मला वेडीला कधी कळलेच नाही... तिने मला फक्त फक्त प्रेम दिले त्या बदल्यात एकच अपेक्षा होती.. एक दागिना तिला हवा होता, जो मी कधीच देऊ शकले नाही.."

सगळ्या बायका अगदी उत्सुकतेने विचारू लागल्या कोणता दागिना ग..??नक्कीच मौल्यवान असेल तो दागिना.. म्हणुन तर तिने एवढ अड्जस्ट केले असेल.. कुजबुज सुरू होती तेवढ्यात तिथे सुषमा आली. बायका अजून कुजबुजत कुत्सितपणे हसु लागल्या..

सुषमा मनातून घाबरून गेली.. सानुने काय केले? असे काय वागली कि ह्या बायका अशा बघतायत... तेवढ्यात सानुने तिला येऊन घट्ट मिठी मारली आणि हात तिच्या गळयात घालून तिला प्रेमाने आई अशी हाक मारली..

दोघी मायलेकी सारं विसरून एकमेकांच्या मिठीत हरवून गेल्या...

बायका कुजबुजत असताना सानु म्हणाली, तुम्हाला तो दागिना बघायचा होता ना... हाच आई म्हणून हाक मारुन माझ्या दोन्ही हातांचा तीच्या भोवती असलेला हार हाच मातृत्वाचा दागिना तिला हवा होता...

सुषमाला तर भरून येत होते... दोघी सतीश आणि आजीच्या फोटो समोर उभे राहून त्यांना नमस्कार करत होत्या. सानुने त्यांची माफी मागितली अन आईला कधीच अंतर देणार नाही असे वचन दिले...

फोटोमधुन आजी आणि सतीश खऱ्या अर्थाने आज हसले...

कथा पूर्ण काल्पनिक आहे... सावत्र या नात्याला वेगळ्या अर्थाने बघितल जाते, असेही एखादे नाते असु शकते हे दाखवायचा प्रयत्न या कथेतून केला आहे...

१०

आईचे रूप माझी गोधडी...

ओह् हो बाबा सोडा ना आता अशा गोधडी वगैरे वापरणे... ए आई सांग ना बाबांना... अग आता आपण किती छान इंटेरीयर केलंय ना आपल्या या घराचे... आता या रूममध्ये झोपताना तुम्ही ही गोधडी घेणार आहात का बाबा??

आईने डोळे मोठे केले आणि शरु तिथून बाजूला झाली... शलाका तिला समजावून सांगूं लागली... असे बोलू नको ग... तुला माहिती आहे ना.. त्या तुझ्या.... तिचे वाक्य पूर्ण व्हायच्या आधीच..

बाबांनी शरूला बोलावले आणि म्हणाले, शरू प्रत्येक मुलीला आपल्या आईची साडी म्हणजे तिची हक्काची सखी असते... कारण त्यात तिच्या आईची ऊब असते... प्रत्येक मुलीने नेसलेली पहिली वहीली साडी ही तिच्या आईचीच असते... ती नेसल्यावर अगदी आई सारखीच दिसतेस ग...!! असे कोणी बोलले की मुठभर मांस चढते.... नाही का?

शरू हसून म्हणाली हो ना... मला तर आईच्या कितीतरी साड्या खूप आवडतात... पण ही आई ना मला नेसायला देतच नाही... शलाका हे ऐकताच म्हणाली नीट अक्कल येईपर्यंत मुळीच देणार नाही मी...

बाई आणि साडी हे न सुटणार कोड आहे.. शंतनु हसत म्हणाला...

पण आईची साडी आणि मुलीचे नाते हे सगळ्यांनाच माहिती आहे.. हो की नाही बाबा... शरु हसत म्हणाली... शंतनु म्हणाला, अगं पण काही मुले सुद्धा या आईच्या साडीला अगदी जीवापाड जपतात... त्यातलाच मी एक आहे बघ...

तुला हसु येईल पण तुला सांगू का?... **"गोधडी ही एक अशी कलाकुसर आहे, जी तिच्या मोठमोठ्या टाक्यांमधुन घरातल्या माणसांची मने जोडते अगदी कायमची... म्हणून तर ते कधीच उसवत नाहीत.. कारण ते टाके एकमेकांच्या मायेच्या धाग्यात गुंफलेले असतात..."** शरू सर्व ऐकत होती... आणि तिला सर्व सांगता सांगता... शंतनू मात्र भूतकाळात हरवला...

लहान वयात आई गेली माझी... बाबांनी गरज म्हणून दुसरे लग्न केले... पण त्या आईने मला तेवढा जीव कधी लावलाच नाही... बाबा असताना वेगळे वागायची आणि नसताना वेगळे... बाबा आईच ऐकायचे, त्यांचा नाईलाज होता... त्यामुळे ते तरी काय करणार? पण या सर्वात मी मात्र लहान असल्यापासून मायेला पोरका झालो होतो .... आजी मे महिन्यात न्यायला यायची.. तेव्हा महिनाभर आजी माझे कोडकौतुक करायची... आईविना पोर म्हणून तिचा खूप जीव होता माझ्यावर.. पण मामा-मामी पुढे तिचे काहीच चालायच नाही...

आजी मला सांगायची, पोरा... माझा काय भरवसा... मी आज हाय तर उद्या नाय... मी तिला म्हणायचो, आजी असे नको ग बोलू... आई गेली.. आता तू असे बोलल्यावर मी काय करू ग....?? तेव्हा आजीने जुनी पेटी काढली आणि त्यात तिच्या तसेच माझ्या आईच्या काही साड्या होत्या... ती म्हणाली, मुलगी असतास तर आमचा आशीर्वाद म्हणून दिल्या असत्या... पण तुला याचा कसा उपयोग करता येईल?? तेव्हा मीच आजीला म्हणालो,

मी या साड्या आयुष्यभर सांभाळून ठेवेन... म्हणून मग आजीनं या सर्व साड्यांपासून मला या वेगवेगळया गोधड्या शिवून दिल्या... आणि म्हणाली, **"आपल्या आई-आजीची कधीही न संपणारी माया अन् सुसंस्कृततेचे संस्कार काहीच न बोलता जी आपल्या पर्यंत पोहचवते ती म्हणजे त्यांच्या साड्यांची, प्रेमाची ऊब असलेली 'गोधडी'...!!!!"**

मला खूप आनंद झाला... मी त्या गोधड्या खूप जपायचो... शंतनु म्हणाला, अगं सगळे हसायचे मला, चिडवायचे... या गोधड्या लपवून ठेवायचे... खूप रडवेला व्हायचो मी... कारण या गोधड्या म्हणजे माझ्यासाठी आईच ग.... गोधडी शिवून दिल्या आणि आजी सुद्धा महिन्याभरात गेली पण जाताना माझ्यासाठी हा प्रेमाचा आणि आठवणींचा अनमोल खजिना देऊन गेली... तुम्ही लोकं हे वापरता ते नवीन रूप आहे गोधडीचे... दुसरे काही नाही...

तुला सांगतो... **" रजई, दुलई असे आले गोधडीचे नवीन रूप....**

पण आई- आजीनं मायेने शिवलेल्या गोधडीचे महत्त्व वेगळेच आहे खूप..."

त्यात माझ्या आईची ही पैठणी होती... काही खास असले की आई ही साडी घालायची... त्यावर नथ, दागिने किती छान दिसायची माझी आई... आजीने त्या पैठणीपासून ही गोधडी बनवली... म्हणून सण-वार, माझा वाढदिवस असला की मी ही गोधडी घेतो... मला ही गोधडी घेतली की आईच ते तेजस्वी रूप दिसत गं .... ती अजूनही आहे हे जाणवत मला....

नेहमीं आई साध्याच साड्या घालायची... पण साध्या असल्या तरी या दोन साड्या तिला खूप आवडतं होत्या... म्हणुन मी ही गोधडी रोज वापरतो... आणि ही बघ... हि आईची साडी आहे ना ती आईच्या लग्नातली, आणि ही साडी आईने माझ्या बारश्याला घेतलेली... एवढीच आठवण आहे गं तिची

माझ्याकडे... प्रत्येक साडीची गोधडी मला तिच्या मायेची ऊब देते ... तिचा स्पर्श होतो मला यातून.... शंतनुला खूप भरून आले... शरूचे देखील डोळे पाण्याने भरून गेले...

शरू शांतपणे ऐकत होती आपला बाबा एवढा हळवा आहे हे ती प्रथमच पाहत होती... तिने मनापासून बाबांची माफी मागितली.... आणि म्हणाली खर आहे बाबा तुमचे या गोधडीचे महत्त्व खूप वेगळेच आहे, याची सर कशाला येणार नाही....आईला सुद्धा तिने सॉरी म्हंटले, आणि म्हणाली बाबांमुळे आई आणि तिची साडी याचे महत्त्व मला नव्याने समजले ग...

तिघेही एकमेकांना मिठी मारून आनंदाने रडत होते... किती दिवसांनी मनमोकळ्या गप्पा मारल्या म्हणून समाधानाचे एक वेगळेच सुख तिघांच्याही डोळ्यात दिसत होते.

११

नव्याने भेटले माहेर....

नमस्कार मी रमा गोखले, दोन मुले आहेत, आणि आता दोन नातवंडाची आजी....हा लॉकडाउन आला आणि माझे माहेरी जायचे बेत रद्द झाले....खूप चिडचिड होते आता...तुम्ही म्हणाल आता ह्या वयात माहेर??? एक नाही दोन माहेर आहेत मला.. कसे? सांगतें हां तुम्हाला चला....

त्या काळात माझे लग्न सगळ्यांपेक्षा थोडे उशीराच म्हणजे २२व्या वर्षी झाले, तेव्हा कसे १६-१७ व्या वर्षी होत असत.... माझे लग्न झाले, मला गावातच दिली त्यात आई माझी सावत्र.. म्हणजे माहेर विसरावेच लागणार होते..म्हणून तर तिने गावातच दिली मला..सासरी भरपूर माणसे, ६ नणंदा वर्षभर त्यांचे माहेरपण करत राहिले..मला पण आराम हवा असा विचार कधी कोणी केलाच नाही.. सगळ्यांचे करण्यात गुंतून गेले आणि हळू हळू आराम या शब्दाचा विसरच पडला...संसारात रमले..दोन मुले..मी नाही अनुभवली आईची माया, पण त्यांना कमी पडून दिले नाही...

माझ्या मैत्रिणी माहेरी आल्या की माझे मन पण पिंगा घाली, जाऊन येई माझ्या माहेरी...पण कोण करणार माहेरपण? आणि कोण पाठवणार मला? डोळ्यांच्या कडा भरून येत ...मी अलगद पदराने पुसून घेई..पण जशी मुले मोठी झाली तसे त्यांना समजू लागले..नकळत का होईना खूप समजदार झाली दोघेही...

मुले कॉलेजला असताना हे साथ सोडून गेले, सावत्र आई असल्यामुळे माहेर असे कधी नव्हतेच....आणि इकडे फ़क्त नणंदा...सगळयांनी स्वतःचा स्वार्थ बघितला आणि आम्ही मात्र पोरके झालो...

दोन्ही मुले गुणी होती...अशी परिस्थिती बघत मोठे झाले...शहरात राहिला मुलगा, डॉक्टर होऊन...आणि लेक माझी शेवटी परक्याचे धन ती ही गेली उडून...

आणि मी मात्र राहिले इथेच माझा अर्धा राहिलेला संसार सांभाळत.... मुलगा खूप आग्रह करतो...पण जन्म गेला ह्या गावात पाय निघत नाही माझा इथून....

म्हणूनच लेकीनी आणि माझ्या सूनेने माझे माहेरपण करायचे ठरवले... दोघी म्हणाल्या तुम्हाला माहेरपण अनुभवता आले नाही कधीच, मग् आता काही बोलायचे नाही. त्यामुळे दर एक-दोन महिन्यातून दोघींकडे ८-१० दिवस तरी जावेच लागतें...

आणि आता हा लॉकडाउन आला त्यामुळे इथेच राहावे लागले आहे मला, माझ्या लेकीकडे तर बहीण आणि भाऊ मिळाले मला तिच्या सासू-सासऱ्यांच्या रूपाने...

सून सुद्धा म्हणते, इकडे आलात की मी तुमची आई, माझे खायचे-प्यायचे सगळे लाड पूर्ण करते. कोणत्याच कामाला हात लावू देत नाही... सूनबाईने तर सर्व पहिले सण सुद्धा साजरे केले माझे....

लेकीच्या घरी तर माहेरपणाला गेले की हि माझी बहीण मला लोणचे, आंब्याची साठी, पापड, कुरडया काही विचारू नका....रक्षाबंधन, भाऊ बीज म्हणून भेटवस्तु, साडी...मन अगदी भरून येते माझे...

मी पण हक्काने जाते हो, ह्या वस्तू मिळतात किंवा आराम मिळतो म्हणून नाही हो तर एवढे वर्षे मी ज्यासाठी झुरत राहिले.. ते प्रेम, आपुलकी, माया

मिळते म्हणून हो....

नेहमीं वाटायचं की कधी मिळेल का मला माहेरचे सुख...पण आता समजतय...कि ते माहेर अनुभवता नाही आले म्हणून काय झाले, हे सुख पण स्वर्गापेक्षा कमी नाही आहे.

सगळ्यांसाठी मी खाऊ केला.. खूप साऱ्या भेटवस्तू घेतल्या कारण माझी पंचाहत्तरी साजरी करणार होते माझ्या माहेरी...पण त्यावर ह्या लॉकडाउनमुळे पाणी पडले...आणि आता काय?? मी एकटीच म्हणून खूप वाईट वाटले, सगळ्यांचे फोटो बघत होतेआणि डोळे ओले होत होते.

आज माझा वाढदिवस असून फोन नाही, म्हणून मन खट्ट झाले आणि तेवढ्यात फोन वाजला धावत गेले. नातू बोलत होता त्याने सांगितल्याप्रमाणे कॉम्पुटर चालू केला आणि सगळे माझ्यासमोर...

नोकराला सांगून केक आणायला सांगितलं होता नातवाने, माझ्या विहीणबाईने म्हणजेच माझ्या बहिणीने मला ओवाळले...सगळ्यांनी खूप छान साजरा केला...तेव्हा खरच थोडा वेळ का होईना माहेरी जाऊन आल्यासारखे वाटले मला. माझा वाढदिवस आठवणीत राहील असा झाला आणि मग् नातवांनी आग्रह केला की काय बरं ते हं बर्थ डे विश माग आजी.. मग् काय...माझ्या माहेरी खरोखरचं जायला लवकर मिळू दे हीच प्रार्थना केली हो.. मी आज या वाढदिवशी....

कथा पूर्ण काल्पनिक आहे?? कशी वाटली नक्की सांगा...

१२

शो मस्ट गो ऑन....

आजीने सुहासला हाक मारली, खूप वेळ झाला पण सुहासचा आवाज काही आला नाही, मग आजी उठून सुहासच्या खोलीत गेली. तो आकांक्षाचा फोटो बघत हरवून गेलेला...आजीने त्याच्या पाठीवर हात ठेवला अन आजीच्या कुशीत जाऊन तो रडू लागला....आजीला पण भरून आले, पण सुहास साठी तिने स्वतःला आवरले...असे काय झाले होते चला बघू या.....

आजी म्हणजे मंदा ताई....आजोबा तसे लवकर गेले...त्यांनी 2 मुलांना वाढवले....दोघांचे लग्न झाले मुलगी तर सासरी होती....आणि मुलगा सुधीर त्याचे लग्न झाले सून आली. त्यांची ही मुले सुहास आणि आकांक्षा...आज रक्षाबंधन होते...म्हणून तो आपल्या बहिणीचा फोटो घेऊन बसला होता.... आजी आज आपल्या आकांक्षाचा वाढदिवस आहे ग....आणि रक्षाबंधन तिला लॅपटॉप हवा होता ना.... हो रे आजी म्हणाली....आणि दोघे हरवले विचारांत....

मागच्या वर्षी रक्षाबंधन खूप जोरात केले होते त्यांनी. सुट्ट्या लागून आल्यामुळे त्याची आत्या आणि तिचा मुलगा पण आला होता....सगळे फिरायला गेले....आकांक्षा एकटीच मुलगी म्हणून खूप लाडकी होती..... त्याच्यापेक्षा लहान होती त्यामुळे रक्षाबंधन, भाऊबीज आली की त्याच्या मागे मागे फिरायची....दादा मला ना हे हवंय...मला ड्रेस घे....मोबाइल घे...

तिची लिस्ट कधी संपायची नाही....सतत त्याच्या मागे भुणभुण करायची.... तो खूप चिडवत असे मग् रडत ती आजीकडे जायची....तिला माहीत होते आजी दादाला ओरडते....खूप प्रेम होते दोघांचे एकमेकांवर.....अजिबात करमत नसे.....

सुहास ची फायनल एक्साम होती...आणि मावशी कडे लग्न....आणि आकांक्षाची १२वी ची परीक्षा झाली होती....म्हणून आई बाबा आणि आकांक्षा तिघे लग्नाला गेले.....आजी आणि सुहास दोघे घरी होते.... आकांक्षा ने खूप चिडवले त्याला, आम्ही मज्जा करू तू बसं अभ्यास करत...अगदी जाई पर्यंत दोघे भांडत होते....शेवटी सुहासने तिचा वीक पॉईंट पकडला....आणि म्हणाला आजी..तुला माहिती आहे का ह्या वर्षी रक्षाबंधन आणि कोणाचा तरी वाढदिवस एकाच दिवशी आहे....आणि मी एक्साम पास झालो की माझी नोकरी फिक्स....आणि माझा पगार होईल....मग् त्या पगारात कोणाला तरी लॅपटॉप हवायं....कारण डबल सेलेब्रेशन आहे....ते ऐकले आणि आकांक्षा त्याला सॉरी बोलली मस्का मारत होती....

आजी हसली....आणि म्हणाली तुम्ही दोघे ना सारख्याला वारखे आहात....खरच किती मस्ती करता रे लहान आहात का आता????आजी चे डोळे आनंदाने भरून आले....मनात म्हणाली असेच प्रेम राहू दे रे...पण नियतीसमोर कोणाचे चालते का???? त्यांच्या बाबतीत पण व्हायला नको तेच झाले....

लग्न लावून घरी येताना गाडीचा accident झाला आणि त्यामध्ये त्याचे बाबा आणि आकांक्षा दोघे जागीच गेले.....आई कोमात गेली अजून काहीच सुधारणा नव्हती तिच्यात...आणि आजचा हा दिवस आला...म्हणून त्याला खूप आठवण येतं होती आकांक्षा ची...तिचा वाढदिवस आणि रक्षाबंधन एकत्र होते...म्हणून लॅपटॉप घेऊन देणार होता तिला....खूप रडला आजी जवळ.... आजी त्याला समजावून सांगत होती....आता जे झाले ते तर बदलु नाही

शकतं...तू आता सावर...तुझ्या वर माझी आणि तुझ्या आईची जबाबदारी आहे....जीवन असे पर्यंत ते जगायला हवं...कोणासाठी हि आयुष्य थांबत नाही रे, ते म्हणतात ना शो मस्ट गो ऑन.....

आपल्या सगळ्यांच्या मनात आठवणी राहतील कायम पण त्यात गुंतून राहू नकोस... पुढे हो....आणि नवीन आठवणी बनव....चल आज बाहेर किती तरी आकांक्षा आहेत ज्यांना गरजू वस्तू मिळत नाहीत....आपण दर वर्षी त्यांना घेऊन रक्षाबंधन साजरे करू.... तुझी आई पण वाट बघतेय तुझी... चल तिला भेटायला....तिच्याशी बोलून बोलून तिची तब्येत सुधारणार आहे....तिला आपल्याला काही सांगायचं नाही आहे खर....आता तरी.... तिला सगळे समजतंय....पण ती बरी होई पर्यंत सत्य लपवून ठेवायचे आहे.... आपण सांगू तिला तुमचे रक्षाबंधन झाले....राखी बांध ही....दाखव तिला....

सुहासला पटतं....तो फ्रेश होतो....आणि म्हणतो आजी खरं आहे तुझे.... शो मस्ट गो ऑन.....आणि डोळे पुसतो....

१३

मनाचा आघात झाला दूर...

अतुल - अर्चना एक सुखी जोडी.. सावी म्हणजे त्यांच्या संसारावरचे फ़ुल.. अगदी मस्त कुटुंब होते. दरवर्षी अतुल वाढदिवस आला की गाडी घेऊन एका गावी जायचा... अर्चना पण सोबत जायची.. त्याच्या भावना तिला कळंत होत्या, पण त्यांच्या हातात काहीच नव्हतं, कारण काळापुढे कोणाच काही चालत नाही.. प्रत्येकाच्या आयुष्यात असे वादळ येतच असते, त्यातून मार्ग काढून माणूस पुढे जातो पण काही आठवणी अशाच असतात की त्या मिटवून टाकावे असे कोणाला वाटत नाही.. जन्माची, रक्ताची नाती अशी कधी मिटत नाहीत...

अतुलचेही असेच होते, वादळ आले त्याचे अख्खं आयुष्य उध्वसृत करून गेले, पण अर्चनाने त्याची साथ सोडली नाही. तिने त्याला त्या धक्क्यातून बाहेर काढले, त्याच्या मनाची जखम पण भरत होती हळू हळू.. पण हा एक दिवस तो खूप हळवा व्हायचा... अर्चनाने कधीच त्याला या दिवशी डिस्टर्ब केले नाही...

पण यावेळेस सावी काही ऐकायला तयार नव्हती, का जातो बाबा त्या गावात, तू जातेस पण नुसती गाडीत बसतेस आई, ह्या वर्षी आपण मस्त बाहेर जाऊया ना.. माझे सारे फ्रेंड्स तर मस्त आऊटींग करतात आणि आपण का इथेच जायचं? अर्चनाने तिला चांगलेच सुनावले, गप्प बसं हं.. सावी तुझे

तोंड भारीच चालते हल्ली.. वेळ आली की सगळे समजेल.. आता गप्प बसं बघू..

अतुल म्हणाला, असू दे ग ओरडू नको तिला, सावी बेटा आपण पण जाऊ आज बाहेर, मी ऐकेल तुझे पण फ़क्त एक तास तरी मला जाऊन येऊ दे, मग् संध्याकाळी आपण जाऊ ओके.

अर्चना म्हणते, अतुल मी तुला एकटे सोडणार नाही.. मी तुझ्या सोबत येते. आई-बाबा आहेत सावीसोबत...

बाबा या वेळेस मलाही यायचयं तुमच्यासोबत, पण नुसते गाडीत बसणार नाही मी... आज तुमच्या सोबत येणार आहे... तुम्ही मला काहीच का सांगत नाही? ... सावी

गाडीतून निघाले २ तास लागले गाव यायला.. सावलीत गाडी लावली आणि काहीही न बोलता दरवर्षीप्रमाणे अतुल गाडीतून उतरला आणि त्या सामसूम रस्त्याच्या दिशेने चालत गेला.

त्याच्या पाठोपाठ त्या मायलेकी पण गेल्या... थोडे चालत गेला, एका जागी तो थांबला, जोरात रडू लागला...

अन् सावीला म्हणाला, आज तुला सगळे सांगतो बाळा... इथे माझे गाव होते, गावाला सोय नाही म्हणून मी शिक्षणासाठी बाहेर होतो... इथे माझे आई बाबा छोटी बहिण सविता सगळे होते. माझे शिक्षण पूर्ण झाले, नोकरी लागली तिकडेच.. तुझ्या आई सोबत माझे लग्न जमले.. आता आपण राहतो ते घर मी बांधायला सुरुवात केली होती.. गावात जास्त सोय नाही त्यामुळे आमच्या लग्नानंतर सर्वांनी ह्या घरात राहायचं ठरवलं..

पण नियतीच्या मनात काही वेगळेच होते... ११ वर्षापूर्वीची ती काळरात्र... अजूनही आठवते मला... जास्तीचा पाऊस झाला.. गावात पाणी आले, थोड्याच वेळात लाइट नाही, सर्व संपर्क तुटला.. मी तिकडे असलो

तरी माझे सर्व लक्ष इकडे होते बाळा... खूप छोटे गाव होते हे.. त्यामुळे जास्त सोयी नसल्या तरी छान वाटायचं इथे... सुट्टी काढून मी दर महिन्याला यायचो.. पण पाऊस असल्यामुळे नानांनी म्हणजे माझ्या बाबांनी सांगितलं मला घाईने येऊ नको, रस्त्यात अडकून पडण्यापेक्षा आहेस तिथेच रहा...

पण ह्या वर्षी ह्या निसर्गाने अगदीच रौद्र रूप धरले, पाणी वाढतच होते, पाऊस- वारा खूपच झाला आणि जे व्हायला नको तेच झाले, एक डोंगर कोसळला, अख्खे गाव त्यात गाडले गेले, काही लोकं पुरात वाहून गेले, दोन-तीन दिवस कोणाशीच काही कॉन्टॅक्ट नाही.. आपल्या इकडे पण अतीवृष्टीमुळे लाइट नव्हते, वाट बघण्याशिवाय काहीच पर्याय नव्हता... लाईट आल्यावर टीव्हीवर बातम्यांमध्ये ऐकले आणि तशीच धाव घेतली, पण खूप उशीर झाला होता. त्या पुरासोबत माझे आई, बाबा, बहीण, आमचे घर सर्व काही नामशेष झाले...

मी पूर्ण खचून गेलो, तुझ्या आईने मला सावरले, आयुष्यात परत उभे केले, माझ्या प्रत्येक अडचणीत मला मदत केली, ६ महिन्यात आम्ही साधेपणाने लग्न केले बाळा... माझे कशात लक्ष नव्हते पण तिने नोकरी करत मला सांभाळले, एक वर्ष गेले, हळूहळू मी सावरलो परत काम करायला लागलो.. संसारात रमून गेलो... पण माझा वाढदिवस आला की मी परत जुन्या आठवणींमध्ये जातो.. नाना-आई, सावी... म्हणजेच माझी बहीण सविता हो तिला मी सावीच बोलायचो.. खूप तयारी करायचे माझ्या वाढदिवसाची...

आई किती प्रकार करायची माझ्यासाठी, गरजूंना जेवण द्यायची, सावी एक झाड लावायची, अन् म्हणायची अरे दादा मी सासरी गेले की हे झाड तुला माझी आठवण करून देईल बघ... आणि नाना मला गरज आहे अशा वस्तू द्यायचे... म्हणायचे शहरात राहतोस तू, तुला तिथे लागतील अशा वस्तू द्यायलाच हव्या... खूप छान वाटायचं.. आज ना उद्यां वहिनी येईल

तिच्यासाठी सर्व फुलांची झाडे आपल्या अंगणात लावणार मी, असे सावी म्हणायची...

लग्न ठरलं तेव्हा किती खुश होती, अर्चना म्हणाली.. वहिनी, वहिनी करायची... माझी ओळख फ़क्त २ महिन्याचीच होती ग.. पण तुझ्या बाबांमुळे असे वाटते खूप जुनी ओळख आहे... आणि म्हणूनच तुझे नाव आम्ही सावी ठेवले...

सावी सर्व ऐकत होती... अर्चनाचे आई बाबा जवळच असल्यामुळे तिला आजी- आजोबा यांची कमी जाणवली नाही कधीच... आणि सर्वच गेल्यामुळे ह्या आजी- आजोबा किंवा सावीचे फोटो सुद्धा तिने कधी बघितले नव्हते...

सारं काही गेले बघ बाळा.. तेव्हा काही मोबाइल नव्हते ग.. त्यामुळे फोटो सुद्धा नाही माझ्याकडे.. आता राहिलाय तो फक्त हा वाहून गेलेला रस्ता....त्यात मी शोधतो त्या फक्त त्यांच्या आठवणींच्या खुणा..... म्हणून माझ्या प्रत्येक वाढदिवसाला मी इथे येतो... या मातीमध्ये अजूनही त्यांच्या प्रेमाचा वास आहे... जो मला जगायची नवीन उमेद देतो..आणि त्यांचा आशीर्वाद सुद्धा..!!!

अतुलने डोळे पुसले आणि म्हणाला, चला.. आता सावीला प्रॉमिस केल्याप्रमाणे बाहेर जाऊया..

सावीने अतुलला मिठी मारली आणि खूप रडली. सॉरी बाबा.. मी उगाच हट्ट केला माझे फ्रेंड्सचे बघून.. आज त्याची ९ वर्षाची सावी त्याला खूप मोठी वाटली...

ती म्हणाली आपण इथे येत जाऊ अधून-मधुन.. मला आवडेल तुमच्या लहानपणीच्या गोष्टी ऐकायला...

अतुल म्हणाला चालेल, पण आज सर्व ठरल्याप्रमाणे करायचे... आणि आज नाही दरवर्षी तू म्हणशील तसाच वाढदिवस करायचा माझा...

चालेल बाबा, मग आपण पण झाड लावू आपल्या घराच्या बाजूला आणि इथे आजू बाजूला जे गरीब लोकं राहतात त्यांना गरजू वस्तू देऊ... पण ह्याच गावात येऊन द्यायचं हा...!!!

दोघ बाप-लेक भरभरून बोलत होते आणि अर्चना त्यांच्याकडे एकटक बघत होती... आज अतुल इतक्या वर्षांनी तिला पहिल्यासारखा वाटला... एका वादळाने केलेला आघात सहन करून उभा राहिला असला तरी मनाचा आघात आज खऱ्या अर्थाने दूर झाला होता...

१४

बदललेली आजी....

सोनाली येणार आहे म्हणून स्मिता ताईंची अगदी जय्यत तयारी सुरू होती... लेक आली की काय करायचं? कुठे जायचं? सगळअगदी ठरवून मोकळ्या झाल्या.. वसंतराव सांगत होते, "अगं हो धीराने घे... अमेरिकेहून येते आपली लेक अंतराळातल्या एखाद्या परग्रहाहून नाही.."

"असु दे हो पाच वर्षानी येते माझी लेक, माझा नातू एक वर्षाचा असताना गेलाय तो आता येतोय, सोबत माझी नात पण येते एवढूशी परी.. तिला तर मी पहिल्यांदा बघणार आहे.. दुसर बाळंतपण त्यांचा हक्क.. म्हणुन मला काही तिकडे जाता आले नाही आणि तुम्ही मला पाठवल नाही.. मनात किती स्वप्न बघितली होती अमेरीकेत जायला मिळेल पण काय सर्व तसेच राहिले.." स्मिता ताई टोकून बोलल्या...

"अगं, आपली एवढी परिस्थिती नाही.. तिकीटाचा खर्च केवढा आहे माहिती आहे का तुला? आणि तिच्या सासूबाई होत्या ना तिकडे.. त्याचं पण नातवंडच ना.." वसंतराव

"असु दे हो.. जाऊदे माझ मेलीच नशीबच फुटकं.." स्मिता ताई

"आता आली ना कि सर्व कसर भरून काढेन, एवढ्या वर्षाने येते त्यात आठ दिवसच.." स्मिता ताई एकदम हळव्या झाल्या..

"चला, आई तयारी करायची आहे ना..." सून अंकिताने विषय बदलला..

त्यांना काय चालेलं काय नाही असे वाटूत होते अंकिताला.. तिने तिच्या पद्धतीने सर्व तयारी केली..

तो दिवस आला, सोनाली आली.. दोन्ही मुलांनी वाकून सर्वांना नमस्कार केला, मराठीत बोलत होते.. स्मिता ताई परत कौतुक करू लागल्या.. नातवंडाना असलेली शिस्त बघून त्या चाट पडल्या..

संध्याकाळ झाली की त्यांचे तें श्लोक पठण, सर्व स्तोत्र.. नातवाचे उच्चार तर एकदम स्पष्ट... पुस्तक वाचन, चित्रकला सगळे कसे टाइम टू टाइम...

आमच्या इथे बाई सगळाच उजेड..!! सारखा तो मोबाईल आणि टीव्ही.. मुलांना श्लोक येतं नाहीत की कविता.. गोष्ट सांगणं तर दूरच..!! स्मिता ताई माहेरी आलेल्या आपल्या लेकीला सांगत होत्या... सोनाली काहीच बोलली नाही.. अंकिता आपली सर्व ऐकत होती..

दोन- तीन दिवस सर्व निरीक्षण केल्यावर सोनालीने विषय काढला.. "अगं आई, आजी म्हणून तू काय करतेस?" तिच्या या प्रश्नाने त्यांना आश्चर्य वाटले.. "सोनाली, हा काय प्रश्न? याचा काय अर्थ?"

"अगं आई,.. परवा तूच तर म्हणालीस ना, आमच्या इथे उजेड आहे.. पण तुझा रोल काय यात? तू तुझी वेळ झालीस की टीव्ही लावून बसतेस.. मोबाइल बघतेस.. बाबांचा वेळ बाहेरची काम करण्यात जातो, दादा ऑफिसला.. वहिनीला घरातले पुरते. मग मुलांना जरा तू श्लोक, कविता, गोष्ट शिकवलं तर काय होईल?.. मुलांना घडवणे, योग्य शिस्त लावणे, संस्कार करणे ही एकट्या आईची नाही तर घरातल्या प्रत्येक व्यक्तीची जबाबदारी आहे..."

सोनालीच्या तोंडातून तें शब्द ऐकून स्मिता ताई स्वभावाप्रमाणे आकांड तांडव करू लागल्या.. "तूच राहिली होतीस बाई, सर्वांनी मलाच बोला..

आयुष्यभर तुमचे केले, आता नातवांचे करा.. आमचे आयुष्य आम्ही कधी जगायचं..? सर्वांना माझे टीव्ही मोबाईल वापरणे दिसते.. या आधी केलेले कष्ट, कामे या साऱ्याचा विसर पडलाय... आता मला माझे आयुष्य माझ्या प्रमाणे जगायचं आहे.. तुला कोणी पढवलय मला चांगलंच माहिती आहे..''

''आई शांत हो.. चुकीचा अर्थ काढलास तू.'' सोनाली म्हणाली. ''तूला वाटूत असे काही नाही..''

अंकिताच्या मनात आले, जाऊन मध्ये बोलावं, सोनालीच्या बोलण्याचा अर्थ असा नाही.. पण माय - लेकींच्या मध्ये आपण उगाच नको असा विचार करून ती गप्प बसली. ऐकू लागली.

''तू तूला हव तें कर.. हव तस जग... फ़क्त माझ जरा ऐक...''

अगं आई, माझ्या मुलांना हे सगळं येतं कारण आम्ही प्रत्येक जण त्यांना क्वालिटी टाइम देतो.. जसे की माझा दिवसातला एक-दोन तास तरी मी मुलांसाठी काढते.. आजी एक तास काढते, बाबा- आजोबा सर्वच एक- एक तास काढतात.. त्या एक तासात आम्ही नो मोबाइल नो टीव्ही.. त्यामुळे प्रत्येकाला प्रत्येकाची स्पेस मिळते आणि मुलं नवीन नवीन गोष्टी शिकतात. माझे सासरे त्यांना बाजारात घेऊन जातात कधी त्यांच्या सोबत बैठे खेळ खेळतात. ह्यांना वेळ मिळाला की हे सुद्धा काही लॉजिकल गेम खेळतात. माझी ड्युटी हि त्यांचा अभ्यास असते, सुट्टी असली की इतर ऍक्टिव्हिटी.. शाळेतून आले की अभ्यास करून थोडा वेळ टीव्ही बघतात आणि मग् प्रत्येक जण त्यांना वेळ देतोच..

शिस्तीचे म्हणशील तर तू बसून सारख काही लागलं की वहिनीला हाक मारतेस.. दादा आला की तो पण तेच.. मुलं जे बघतात ना तसेच वागतात..

स्मिता ताईंना आपली चूक समजली, त्यांनी आपल्या वागण्यात बदल करायचं ठरवलं.. अंकिताला खूप आनंद झाला. मनात म्हणाली खरच नणंद

असावी तर अशी...!!!

सोनाली सोबतचे हे दिवस अगदी मस्त गेले, जाताना सोनालीला भरून येतं होते पण तिने शांत राहणे पसंत केले.. मुलांचा दंगा सुरु होता, अंकिताने सोनालीचे आभार मानले.

सोनाली म्हणाली, अगं वहिनी आभार कसली मानतेस? माझी आई अशी कधीच नव्हती. पण या सोशल मिडियाच्या जाळयात अडकली गेली होती, भरकटली होती.. मी आल्यावर हे सर्व बघितलं तर मलाच धक्का बसला.. म्हणुन मी आईला चार शब्द सुनावले. आता रिज़ल्ट काय येतोय ते मला फोन लावुन सांग. आणि हो पुढच्या आठवड्यात आम्हाला सी ऑफ करायला सगळे या हं एअरपोर्टवर...!!!

आता हा पूर्ण आठवडा ह्यांच्या बहिणीकडे आहोत आम्ही..!!अंकीता आणि सर्वानीच भरल्या डोळयांनी सोनालीला निरोप दिला..

स्मिता ताईंनी घरात सर्वांचीच माफी मागितली, आणि सोनाली आत्या येऊन गेल्या पासून बदललेली आजी पाहून मुले सुद्धा खूप खुश होती.. त्यांना हा बदल खूप आवडला होता.. आता घरातले सर्व जणच मुलांना क्वालिटी टाइम देऊ लागले त्यामुळे मुलांना मोबाइल टीव्ही साऱ्याचा विसर पडू लागला.. घरातले वातावरण अगदी हसते-खेळते झाले होते...

सोनालीचा फोन आला, तशी मुले गोंधळ करू लागली.. तेव्हा अंकीताने समजावल, उद्यां आपण जायचं आहे आतूकडे.. आता शांत रहा..

उद्या आतू जाणार, म्हणून मुलांनी आपल्या आतुसाठी गिफ्ट घेतले.. सर्व जण त्यांना सी ऑफ करायला आले. सोनालीचा निरोप घेताना सगळ्यांचे डोळे पाणावले होते..

मुलांनी आतूला खूप खूप थँक्स म्हणत गिफ्ट दिले.. अंकीता आणि समीरला सुद्धा आई मधील हा बदल बघून खूप आनंद झाला होता. मुलांमध्ये

सुद्धा खूप ॲक्टिव्हपणा आला होता.

सोशल मीडिया हे अस जाळ आहे की, लहान मुलांपासून अगदी अबालवृद्धांपर्यंत सर्वांवर त्याने जादू केली आहे.. हेच या कथेतून सांगायच आहे, कोणत्याही गोष्टीच्या किती आहारी जायचे हे आपल्यावर आहे. ही कथा आजूबाजूला अगदी दिसून येणारी आहे.. त्यावरूनच सुचली आहे.. कोणाला उद्देशून ही कथा लिहिली नाही..

१५

मानवतेचा दिवा- अनमोल ठेवा

'अगं पल्लवी तुझी पहिली दिवाळी ना यंदा काय केले तुला सासूबाईंनी..' पल्लवीच्या काकूने अगदी खोचटपणे विचारले..पल्लवी आणि प्रथमेश यांचा प्रेम विवाह.. प्रथमेशच्या घरची परिस्थिती तशी बरी होती.. पण सोन्याचा हव्यास नव्हता की दागदागिने यांची आवड..

सासू सासरे दोघेही पेशाने डॉक्टर.. पण समाजसेवेची एवढी आवड होती की, फी जास्त घ्यायचे नाही की कसली लुटालुट नाही.. कोणाची परिस्थिती नसेल तर त्याच्यावर उपचार देखील मोफत करत होते..

प्रथमेश डॉक्टर होता, त्याने मोठ्या प्रमाणावर काहीतरी कराव असे पल्लवीला वाटायचे.. तिने लॅबचा कोर्स केला होता, स्वतःची लॅब ती चालवत होती.. प्रथमेशचे आई बाबा दोघेही अगदी साधे, प्रेम आहे समजल्यावर त्यांनी लगेच लग्नाला होकार दिला.. डॉक्टर मुलगी मिळाली असती, घाई केलीस अशी एका शब्दानेही तक्रार केली नाही त्यांनी..

पल्लवी हळूहळू घरात रूळत होती.. पण तिच्या आवडी-निवडी यांच्या समाजकार्याच्या आवडीपुढे मागे पडत होत्या.. सुरुवातीला तिची चिडचिड व्हायची.. पण आपल्या सासू-सासरे यांनी जी माणसांची श्रीमंती जमवली होती ती किती लाखमोलाची आहे ते तिला हळूहळू समजत होते..

लग्न झाल्यावर प्रत्येक सणावाराचे एक वेगळेच रुप तिच्या सासूबाईंमुळे बघायला मिळत होते.. संक्रातीला त्यांनी आरोग्यविषयक जागृतीसाठी दिलेले पुस्तकरूपी वाण.. तर आदिवासी पाड्यावर जाऊन सॅनिटरी पॅड यांच वाण म्हणून वाटप करताना त्यांना स्वच्छतेचे महत्त्व पटवून दिले.. होळीच्या निमित्ताने ज्यांच्या आयुष्यात विधवारूपी पांढरा रंग पसरलाय, ज्यांच्या आयुष्यात या समाजाने रंगाना बेदखल केलंय अश्या विधवा आश्रमात जाऊन साजरी केलेली होळी.. त्यांनी बचतगटातून तयार केलेल्या वस्तू क्लिनीक बाहेर विकण्यासाठी ठेवणे.. तसेच त्या बायकांना विविध रंगाचे रिळ देऊन दवाखान्यात लागणाऱ्या वस्तू शिवायला सांगणे...

वटपौर्णिमेच्या निमित्ताने फांदी न तोडता वडाची झाडे लावून साजरी केलेली आगळी-वेगळी वटपौर्णिमा..गौरी-गणपतीत तर जवळच असलेल्या वृद्धाश्रमांना भेट देणं, तिथल्या वृद्धांसोबत गणेशोत्सव साजरा करून त्यांच्यासोबत पत्ते खेळणे.. पारंपरिक गाणी म्हणणे..

आपला संसार नीट चालावा म्हणून कठीण परिस्थितीवर मात करत खंबीरपणे उभे राहून, जीवापाड कष्ट करून संसारचं रहाटगाडगे चालवणाऱ्या आदिशक्तीचे रूप असलेल्या स्त्रियांचा नवरात्रीच्या नऊ दिवसात योग्य तो सत्कार करणे.. सुरुवातीला पल्लवीला ह्या सर्व गोष्टींचा राग यायचा, दिखावा वाटायचा.. पण हळूहळू तिला सुद्धा या गोष्टी आवडायला लागल्या..

दिवाळीत तर काय करतायत ह्याची उत्सुकता होती तिला.. सासू सासरे यांनी जवळच असलेल्या अपंग मुलांच्या शाळेत जाऊन त्यांनी तयार केलेले आकाश कंदील आणि रंगवलेल्या पणत्या यांची खरेदी केली. विधवा आश्रमातील महिलांनी तयार केलेला फराळ आणि काही शोभेच्या वस्तू खरेदी केल्या.. जवळच असलेल्या अनाथआश्रमात दिले तसेच आदिवासी पाड्यावर जाऊन स्वतः वाटप केले.. दिवाळीचे चार दिवस वेगवेगळ्या प्रकारची समाजसेवा करून दुसऱ्यांचे आयुष्य तेजोमय करणारी दिवाळी

पाहून तिला खूप आनंद झाला...

भाऊबीजेसाठी माहेरी आली असता, काकूने खोचकपणे विचारलेला हा प्रश्न ऐकून तिने हे चार दिवस तसेच लग्न झाल्यावरचे ११ महिने आठवून काकूला अगदी हसत उत्तर दिले. सोन, नाणे, पैसा अडका ह्यांनी सुद्धा कोठार भरणार नाही एवढी माणसांची श्रीमंती आहे माझ्या सासरी.. त्यांनी मला माणुसकी जतन करण्याचा अनमोल ठेवा दिलाय.. जो कायम अक्षय असेल, अशी श्रीमंती जी कधीच संपणार नाही..

आईला आज लेकीच्या चेहऱ्यावर आलेले समाधानाचे तेज बघून वेगळेच समाधान मिळाले.. पण आनंदात मीठाचा खडा टाकावा म्हणून काकूने परत कुत्सितपणे टोमणा मारला, देताय म्हणून माणसे आहेत.. देण बंद झालं की कसे पाठ फिरवतील बघ.. माणसाची जात कधी ना कधी उलटी फिरणारच...

पल्लवीने शांत रहाणे पसंत केले.. काहीच बोलली नाही.. काही दिवसांनी पल्लवीच्या लग्नाच्या पहिल्या वाढदिवसाला आई, बाबा यांच्या सोबत काकू, काका आणि त्यांचा मुलगा मुद्दामून तिच्या घरी आले.. काकूला मुलगा असल्यामुळे आजीनं पहिल्यापासूनच लाडावून ठेवले होते, त्यामुळे पल्लवी आणि तिच्या बहिणीला काकू पाण्यात बघायची.. मुलाच मात्र फार कौतुक...

संध्याकाळी आई सोबत काकू मुद्दाम थांबली.. काका आणि त्यांचा मुलगा जायला निघाले, संध्याकाळची वेळ शेतातील पाखरे खूप त्रास द्यायची. पल्लवीने सांगून बघितलं.. पण ऐकेल तो विकी कसला...

विकी गाडी चालवत होता, काका मागे बसले होते.. डोळ्यात पाखरू गेले आणि गाडीवरचा ताबा सुटला.. दोघांच्या डोक्याला खूप मार लागला. आजूबाजूला असणारी माणसे स्वतःच्या गाडी बाजूला ठेवून धावून आली.

कोणीतरी एकाने त्यांना ओळखले.. पल्लवी वहिनींचा भाऊ म्हणून सर्वांनी मदत केली.. मदतीचे एवढे हात पुढे आल्यावर सर्व गोष्टी कशा पटकन झाल्या..

काकूला समजल्यावर काकू मटकन खालीच बसली.. समाजसेवेची आवड असल्यामुळे एवढ्या ओळखी होत्या की कशाची कमी पडली नाही, प्रथमेशने प्राथमिक उपचार करून शहरात पाठवायचे ठरवले.. ओळखीने सर्व अगदी पटापट झाले. आज काकू पल्लवीच्या सासरच्या माणसांची श्रीमंती पाहून थक्क झाली.. तिला तिच्या विचारांची लाज वाटली..

तिने चार दिवस साजरी केलेली दिवाळी ऐकून तिला लावलेले बोल तिला ह्या दवाखान्यात घालवलेल्या आठ दिवसात सारखेच आठवत होते. ती खूप खजील झाली.. तिने पल्लवीची माफी मागितली, पोरी.. मी चुकले.. मी तुला सणावारी रोखून बोलले.. पण मी वेडी दिवाळीचे ते चार दिवस फक्त माझ्या घरातला अंधार दूर करत बसले.. मनातल्या अंधाराच काय?

तू मात्र तुझ्या सासरच्या माणसांसोबत जो माणुसकीचा दिवा लावलास त्याच्या तेजाने आज खरच माझ्या मनातला वाईट विचारांचा अंधार दूर पळून गेला...

पल्लवीने काकूचा हात हातात घेतला आणि म्हणाली, झालं ते झालं काकू, आता अशी बसू नकोसं.. माणसांची श्रीमंती इथून पुढे नक्की जप.. अनमोल ठेवा असतो तो...!!!

१६

पहिल्या-वहील्या दिवाळीच्या आठवणींचा मनोदीप

पूनम आणि पंकज यांची लग्नानंतरची ही पहिलीच दिवाळी होती..... लग्न झाले पण नोकरीसाठी म्हणून ते शहरात रहात होते.... सण-वार असले की गावी येणे व्हायचं... गावात त्यांच्या घराण्याला खूप मान होता... खूप ऐकून होती ती. त्यांचे घर आणि दिवाळी यांचे एक वेगळेच नाते होते.... दिवाळीत घराचा कोपरा न् कोपरा उजळून जायचा... खूप साऱ्या पणत्या होत्या त्यांच्याकडे... आता हे सारे बघायला मिळेल म्हणून खूप उत्सुक होती ती....

दिवाळी ८ दिवसावर आली होती.. आणि त्यांची तयारी सुरू होती... घरातल्या प्रत्येक व्यक्तीसाठी तिने काहीतरी भेट वस्तू घेतली होती.... आणि सासऱ्यांना आवडतात म्हणून वेगवेगळ्या प्रकारच्या पणत्या.... पंकजला सुद्धा तिने हे काहीच सांगितलं नव्हते... सगळ्यांना खूप छान सरप्राईज देऊ असे तिने ठरवले....

इकडे सासूबाईंची पण लगबग सुरू होती...साफसफाई, दळणं, फराळ... सूनबाईंना साडी, छोटासा दागिना... घरची लक्ष्मी कशी दागिन्यांनी मढलेली हवी सणावाराला... सासऱ्यांचा आदेशच होता तसा...पहिली दिवाळी असल्यामुळे चार दिवस आधीच सुट्टी टाकून या, असे सांगितलं होते

बाबांनी.. त्यामुळे पूनम आणि पंकज लवकरच गावी यायला निघाले...

प्रवास तसा लांबचा होता... गावी येईपर्यंत संध्याकाळ झाली... वाडा लाईटींगने चकाकत होता आणि माणसांची ये-जा एवढी होती की..लग्नघरच वाटत होते... पूनम सर्व बघतच बसली....

सर्व तयारी अगदी जय्यत होती... फराळाचे घमघमाट सुटला होता... अगदी राजवाडा... जे तिने ऐकले होते त्यापेक्षा कितीतरी जोरदार तयारी होती...अण्णा म्हणजे तिचे सासरे जवळच कोठेतरी बाहेर गेले होते... सासूबाईनी त्यांना आराम करायला सांगितला आणि त्या पुढची तयारी करायला गेल्या...

दिवाळीला चार दिवस बाकी होते पण इथे तर तिला दिवाळी आल्यासारखीच वाटत होती... थोडा आराम झाल्यावर ती बाहेर पडली तर त्यांच्याकडे कामाला असलेली रक्मा पणत्या धुताना तिने बघितले... खूप वेगवेगळ्या आकाराच्या पणत्या होत्या... काही जुन्या झाल्यामुळे काळ्या पडल्या होत्या... पूनमने तें बघितल आणि सासूबाईना शोधत ती किचनमध्ये गेली... तिथे तिने बघितल तर काय? फराळ म्हणजे एवढा होता...!!! लग्न मंडपात असल्यासारखे वाटले तिला...

एवढा फराळ....!! पूनम म्हणाली... सासूबाई म्हणाल्या सांगतें तुम्हाला सर्व... पण आधी तुम्ही मला सांगा प्रवास कसा झाला? आराम करायचा असेल तर करा थोडावेळ अजून.... तिने नाही म्हंटल्यावर त्या म्हणाल्या, पूनम दिवाळी आहे त्यामुळे साडी नेसावी लागेल, तुम्हाला जमेल ना...!! मी दागिने देते तुमचे लग्नातले तें पण घाला... सासूबाई सर्वांनाच अहो जाहो म्हणायच्या... त्यांना सवयच होती तशी...

पूनम म्हणाली, हो आई जमेल मला.... आता रक्माला मी पणत्या साफ़ करताना पाहिले काही खुपच काळ्या झाल्यात, त्या टाकून मी काही नवीन आणल्या आहेत त्या लावायच्या का?? सासूबाई विचारात पडल्या, अण्णांना

बाहेरून पणत्या आणलेल्या आवडत नसत, हे त्यांना माहित होते... त्यांनी हळूच पूनमला विचारले, तुम्ही आणलेल्या पणत्यांबद्दल आधी काही बोलू नका... का? तें मी तुम्हाला नंतर सांगेन..... आणि हो आकाशकंदीलसुद्धा आणला असेल तर आधी काढू नका...

पूनमचे मन खट्ट झाले... मी या घरची सून आहे, माझे पण घर आहे ना हे... तरी आई असे का बोलल्या? तिच्या मनात खूप विचार येत होते... रडूसुद्धा येत होते.... पण तिने शांत राहणे पसंत केले...

उद्या वसुबारस, गोमातेचे पूजन... त्यांच्या अंगणात खूप मोठा कार्यक्रम व्हायचा याचा... सगळ्या बायका यायच्या... सर्व तयारी सुरू होती...

अण्णा काही साधे फटाके घेऊन आले... फुलबाजी, चक्र, पाऊस... आणि सासूबाईंनी फराळाच्या पुड्या घेतल्या.. या वर्षी सूनबाईंच्या हस्ते वाटप करूया... अण्णा म्हणाले...

पूनम आणि पंकज सुद्धा बरोबर गेले... कुठे जातोय? हे काही तिला माहित नव्हते आणि अण्णा असल्यामुळे ती शांत होती... गाडीत बसून निघाले... मागून जीप घेऊन ड्राईव्हर येत होता....

"मुक्तांगण" म्हणून एक संस्था आहे तिथे जातोय आपण एवढेच पंकज बोलला... पण कसली संस्था आहे ते तिला माहित नव्हते...

गाडी थांबली... सगळे उतरले आणि आत आले, तिथल्या सरांनी स्वागत केले... हे सर्व आत गेले... पूनम सर्व बघत होती... आतमध्ये बऱ्याच वस्तू होत्या शोभेच्या... खुप छान छान भिंती रंगवल्या होत्या....

एका हॉलमध्ये सर्व मुले बसली होती तिथे सगळ्यांना तें सर घेऊन आले... सर्व मुलांनी अण्णांचे स्वागत केले... जणू त्यांचे नातेच जोडले गेले होते त्यांच्याशी....

अण्णांनी सूनबाईंची ओळख करून दिली... आणि या वर्षी फराळ आणि फटाके यांचे वाटप त्या करतील असे त्यांनी सांगितले.... पूनम सर्व बघत होती... काही मुले अंध होती तर काही मुक-बधीर... तिचे डोळे भरून आले अन् अण्णांविषयीचा आदर वाढला....

तिथून निघताना तिने बघितलं तर काय याच मुलांनी बनवलेले कंदिल, आणि वेगवेगळ्या पणत्या अण्णा विकत घेत असत, आणि त्याच पणत्यांनी त्यांचा वाडा उजळून निघत असे... शिवाय याच वस्तू अण्णा स्वतः खरेदी करून आदिवासी पाड्यावर जाऊन भेट देत असत, जेणेकरून त्यांची दिवाळी सुद्धा साजरी होऊ शकेल.... या वर्षी हे वाटप सुद्धा पूनमने केले... तिथल्या लोकांनी पूनमची ओटी भरून, जोडीची दृष्ट काढली....

अण्णांचे हे रूप बघून तिला तिच्या मनात आलेल्या विचारांची लाज वाटली...

सर्व घरी आले आणि पुढची तयारी करू लागले... अण्णांनी सासूबाईंना सांगितलं... सूनबाईंची पहिली दिवाळी आहे... त्यांना आपण आणलेली भेट द्या... आणि व्याह्यांकडे फराळ पाठवाल तेव्हा यातल्या पणत्या पाठवा... सून बाई तुम्ही पसंत करून पाठवा... तिने मानेनेच हो म्हंटले...

खरंच अशी पण दिवाळी असते हे बघून तिला खूप छान वाटत होते... वसुबारस, धनतेरस, काली चौदस, लक्ष्मीपूजन, पाडवा सर्व अगदी छान झाले... पहिली दिवाळी असल्यामुळे जावई तिकडे जायला हवा पाडव्याला... म्हणून दुपारहून ते तयारी करत होते... माहेर तसे जवळ होते... तरी देखील पूनमचा पाय निघत नव्हता... तिने सर्वांना आणलेली भेट दिली...मोठ्या माणसांना नमस्कार करतानाच प्रत्येक व्यक्तीसाठी आठवणीने आणलेली भेट देत होती.. अण्णांना खूप कौतुक वाटत होते तिचे... अण्णा सासूबाईंना म्हणाले, सूनबाईंनी अगदी वाड्यातल्या प्रत्येक व्यक्तीला जीव लावलाय...

अण्णांना नमस्कार केला पण तिने त्यांच्यासाठी आणलेले कंदील, नवीन डिझाइनच्या पणत्या हे सर्व ते करत असलेल्या कामगिरीपुढे फिके होते... आता तिला भीती वाटत होती... अण्णा काय बोलतील?

पण तिने ठरवले, सर्व खरे बोलायचे... तिने अण्णांना सर्व सांगितलं, त्या वस्तू दाखवल्या आणि त्याचबरोबर तिने सर्वांसमोर सांगितलं, अण्णा मला माफ करा, मला यातले काहीच माहिती नव्हते म्हणून मी हे सर्व आणले. पण, पुढच्या वर्षीपासून हे कंदील आणि पणत्या शहरात सर्वांपर्यंत पोहोचवण्याची जबाबदारी माझी..." आपल्यामुळे दुसऱ्यांच्या आयुष्यात मनोदिप वाढवणारी दिवाळी साजरी करायला मला जास्त आवडेल...!!"

याशिवाय मला एक कल्पना सुचली आहे... अण्णा खूप कौतुकाने सूनबाईंचे बोलणे ऐकत होते... ते म्हणाले बोला ना... पूनम म्हणाली, मध्ये एकदा मी पेपरमध्ये वाचले होते एका ठिकाणी माणुसकीची भिंत बांधण्यात आली... आपण पण असे काही केले तर? अण्णा म्हणाले म्हणजे?

पूनम म्हणाली, अशी जागा जिथे आपल्याला नको आहेत अशा वस्तू पण चांगल्या स्थितीतल्या आपण ठेवायच्या, म्हणजे ज्याला गरज असेल अशी कोणतीही गरीब व्यक्ती ती घेऊन जाऊ शकेल... तें नेहमीच उघडे राहील, त्याला दरवाजा, कुलूप काहीच लावायच नाही...

अण्णांना खूप कौतुक वाटले पूनमचे...!! त्यांचे डोळे भरून आले... आम्हाला तुमचा अभिमान वाटत आहे सूनबाई...!! असे ऐकताच तिला खूप आनंद झाला.. त्यांना नमस्कार करून ती बोलली, तुमच्या कडूनच शिकले अण्णा... माझा खारीचा वाटा आहे हा...

तुम्ही दिवाळीची खूप छान भेट दिलीत आम्हाला...!!! अण्णा म्हणाले... लवकरच आपण याचे उदघाटन तुमच्या हस्ते करू....

पूनमला सुद्धा खूप छान वाटत होते ही दिवाळी खरच मनोदिप वाढवणारी होती...

भाऊबीजेसाठी ती माहेरी गेली.. पहिली दिवाळी म्हणून योग्य तो मान-पान झाला... तिचे मन मात्र वाड्यात अडकल होते...

अण्णांनी ती परत येईपर्यंत तिने सांगितल्याप्रमाणे माणुसकीची भिंत उभी केली..

ती सासरी आल्यावर तिच्या हस्ते या भिंतीचे उद्घाटन केले.... ही दिवाळी खरचं आयुष्यभर मानवतेचा दीप तेवत ठेवणारी म्हणून लक्षात राहिली.... पहिल्या-वहील्या दिवाळीच्या आठवणींचा मनोदीप मात्र नेहमीच तिला आनंद आणि एक वेगळेच समाधान देऊन जाते....

१७

सुख म्हणजे अजून काय असते ??

सुधीर ऑफिस वरून घरी येताना रस्त्यात त्याला साने बाई दिसल्या... धावत पुढे जाऊन त्याने नमस्कार केला... विचारपूस केली... त्यांना आनंद झाला... 'माझा स्वतःचा मुलगा ओळख विसरला रे पण तुम्ही मुले अजून बाईंना तेवढेच मानता... बरे वाटले..' 'बाई असे का बोलताय? आणि तुम्ही इकडे कुणीकडे?' बाईंना भरून आले... 'अरे अविनाशने मला इथे जवळच असलेल्या वृद्धाश्रमात ठेवले आहे... सुधीर आणि अवि एकाच वयाचे... खूप छान मैत्री होती त्यांच्यात... पण अवि परदेशी गेला आणि सर्वांना विसरून गेला अगदी आपल्या जन्मदात्या आईला सुद्धा...!! हे समजल्यावर सुधीरला धक्का बसला...

बाईंचा हात धरून त्याने त्यांना आश्रमात नेले... तिथे अजून बरेच लोकं होते... ते बघून त्याला वाईट वाटले... खरचं आई- बाबा नको होतात ह्या मुलांना... ज्यांनी आपल्याला वाढवले, घडवले त्यांच्याशी असे कसे वागू शकतात? त्याच डोक सून्न झाले विचार करूनच... 'काळजी घ्या बाई... हा माझा नंबर घ्या, कधी काही वाटलं तर हक्काने फोन करा...' बाहेर दिवाळीची तयारी सुरू होती आणि आश्रम मात्र कधी आपल्याला कोण न्यायला येईल? या विचारात असलेल्या सर्व वृद्धांच्या दु:खात होता...

आपण काहीतरी करायला हवे याच विचारात घरी पोहचला... घरात

पूर्ण काळोख... त्याने सुजाताला हाक मारली...पण काहीच आवाज नाही... त्याच्याजवळ असलेल्या चावीने त्याने घर उघडले... लाईट लावले... सुजाता एकटीच बसली होती... सुधीरला आलेले बघून ती भानावर आली... 'अगं काय अशी काळोखात बसली आहेस...?? चल आवार बघू... बाहेर बघ... मस्त वाटत आहे... दिवाळी आली आता...'

'नाही आवरायचे, नाही साजरी करायची मला दिवाळी....' सुधीरच्या गळ्यात पडून रडू लागली... 'कोणासाठी करू? कशासाठी करू?' सुधीरचे डोळे सुद्धा पाणावले... 'अगं दोन वर्षे होतील आता... आपण ठरवलं आहे ना नव्याने सुरुवात करायची...'

'दोन वर्षापूर्वीची सुजाता हवी मला, दिवाळी आली की किती तयारी करायचीस.. साफसफाई, फराळ, रांगोळी, सजावट... आणि आता?? जे झाले ते वाईट झाले मला पण त्रास होतो ग..'.

दोन वर्षापूर्वी तें दोघे आणि दोन मुले असे हसते- खेळते कुटुंब होते त्यांचे. मोठा मुलगा आणि त्यापेक्षा दोन वर्षांनी लहान मुलगी प्रत्येक दिवाळी खूप छान साजरी करायचे... मुलगी तशी मोठी होती त्यामुळे फराळ बनवायला मदत करणे, रांगोळी काढणं, घर कामात हातभार लावणे, लहान-सहान कामे करत असे... तर मुलगा आकाश कंदील बनवणे, घर सजवणे यात मदत करत असे... सुधीर आणि सुजाता या दोघांचेही आई-वडील लहान वयात गेले, त्यामुळे आपल्याला जे मिळाले नाही ते सर्व आपल्या मुलांना आपण द्यायचे असे त्यांनी ठरवलं...

सर्व हौस करत होते ते मुलांची आणि त्यांच्या सोबतच त्याचं स्वतःच बालपण जगत होते... नियतीच्या मनात काही वेगळेच होते... हि दिवाळी त्यांना न पचणारं दुख देऊन गेली... साधा फटाका पाऊस... तो लावता लावता त्याचा स्फोट झाला आणि दोन्ही मुले त्यात भाजली गेली... दवाखान्यात नेण्यात आले पण काही उपयोग झाला नाही... दिवाळीची ही कडू आठवण

त्यांच्या आयुष्यात एक अंधकार पसरवून गेली... त्यामुळे अजूनही दिवाळी आली की त्यांना या सर्वाचा खूप त्रास होतोच....

दोघांनी एकमेकांचे सांत्वन केले... आणि आता हे आयुष्य आपण एकमेकांसाठी हसत घालवयाचे असे नेहमी प्रमाणे एकमेकांना वचन दिले...

रात्री थोडे आवरल्यावर सुधीरने तिला सानेबाईं बद्दल सांगितलं... आणि त्याच्या मनात आलेला विचार बोलुन दाखवला... तो म्हणाला, सुजाता आपली मुले या जगात नाहीत तरी आपण त्यांची आठवण काढतो...त्यांच्या आठवणीत रडतो... पण तिथे असे किती तरी लोकं आहेत ग ज्यांची मुले असून नसल्यासारखी आहेत. त्यांची अवस्था काय होत असेल विचार कर... आपण दोन्ही दुःख अनुभवले आहेत... आपल्या मुलांचा विरह आणि लवकर हरवलेले आई-वडीलांचे छायाछत्र सुद्धा...

सुजाताला काही कळेना... ती त्याच्याकडे प्रश्नार्थक नजरेने बघत बसली... तो म्हणाला सांगतो सर्व.... आज साने बाईंसारखे किती तरी वृद्ध आई- वडील दिवाळी सारखा सण तरी आपण आपल्या मुला-बाळांसोबत घालवावा यासाठी दोन दोन डोळ्यांनी आशेने वाट बघत आहेत....

मग् काय विचार आहे तुमचा?? सुजाता म्हणाली...

सांगतो सर्व सांगतो... सुधीर म्हणाला, ऐक... अजून दिवाळीला दोन दिवस आहेत... आपण आपले दुःख कुरवाळत बसण्यापेक्षा ह्या वर्षी दुसऱ्यांचे मनोदिप वाढवून दिवाळी साजरी करूया... तुझी साथ असेल तर मी तुला सांगतो काय करायचे आहे ते ...?

सुजाताने नजरेनेच उत्तर दिले... तसा तो बोलू लागला... "ईश्वर कृपेने आपल्याकडे सर्व आहे... जे नाही ते आता मिळू शकत नाही..." त्यामुळे ज्यांना हा आनंद मिळत नाही त्यांच्यासाठी आता यापुढे येणारी प्रत्येक दिवाळी साजरी करायचा माझा विचार आहे... तू काय करायचे तर, आपल्याकडे कामाला येतात त्यांना हाताशी घेऊन तुला जमेल तेवढा फराळ

कर... दिवाळीच्या दिवशी आपण तो घेऊन त्या वृद्धाश्रमात आणि इथे जवळ असणाऱ्या अनाथ आश्रमात जाऊ... ज्यांना मुलांचे प्रेम मिळत नाही त्यांच्या साठी मुले होऊ... ज्यांना आई-बाबांचे प्रेम मिळत नाही त्यांच्या साठी आई-बाबा होऊ...

सुजाताला आनंद झाला... आणि तिने देखील सहमती दिली... दोघांनी मिळून तयारी केली... ठरल्याप्रमाणे दोन्ही कडे जाऊन फराळ दिला... त्या सर्व अबालवृद्धांच्या चेहऱ्यावर आलेला आनंदाने, हास्याने दोघांना एक वेगळेच समाधान दिले... ह्या कार्यात ते एवढे गुंतून गेले की रोज त्या सर्वांना भेटल्याशिवाय त्यांचा दिवस पूर्ण होत नसे...

आर्थिक परिस्थिती चांगली होती त्यामुळे त्यांनी घराजवळ असणारे दोन्ही आश्रम चालवायला घेतले... त्यांना हरवलेले सुख मिळाले... आणि दरवर्षी एक आगळीवेगळी दिवाळी साजरी होऊ लागली... आनंदाचा, सुखाचा, समाधानाचा एक वेगळाच मनोदिप असणाऱ्या दिवाळीची ते दोघे आतुरतेने वाट बघत असत... कारण प्रत्येक दिवाळीत त्यांचे घर हे आश्रमातील मुलांनी आणि वृद्ध व्यक्तींनी भरून जाई...

अनाथ मुलांना आई- बाबा, आजी- आजोबा यांचे प्रेम आणि योग्य संस्कार मिळू लागले... कालांतराने दोन्ही आश्रम एक करून त्याला '' मायेची सावली " असे नाव देण्यात आले... सर्व खूप आनंदाने आणि प्रेमाने रहात होते... त्यांच्या आयुष्यात असलेली पोकळी त्यांनी भरून काढली आणि दुसऱ्यांच्या आयुष्यातही सुखाचा मनोदिप लावला...

आज या गोष्टीला ७ वर्षे झाली... परत दिवाळी आली... सर्व आनंदाने साजरी करत होते... तेव्हा सुजाता आणि सुधीर एकमेकांचा हात हातात घेऊन म्हणाले खरचं सुख म्हणजे अजून काय असते नाही का....?

१८

मैत्रीची पोकळी

रोहीत आणि रिशा दोघे मिळून आईच्या ५० व्या वाढदिवसाच प्लॅन करत होते... कोणाला बोलवायचे? काय करायचे? आईच्या मैत्रीणींना बोलवायच का? पण आईकडून कधी ऐकलच नाही ग जास्त कोणाची नाव?

'अरे असुदे आपण करू काहीतरी... पण आईला काहीच कळता कामा नये..' रिशा

'मावशीला विचारायच का?...' रोहित

दोघांचे एकमत झाले.. पण कसे विचारणार हा प्रश्न..?

घरात आई.. आणि मावशीच्या पोटात काही राहायचे नाही.. 'अजून एक महिना आहे, आपण 2 दिवस मावशीकडे जाऊ राहायला..' रिशा म्हणाली.

'ए आई ह्या शनिवारी, रविवारी आम्ही दोघे मावशीकडे जाणार आहोत २ दिवस राहायला..' रोहितने सांगितलं..

'चालेल, मी पण येते..' आई

'ए नको आई, तू आलीस ना की मावशी आणि तू आम्हाला काही बोलू देणार नाही.. तू नंतर जा.. आम्ही घर सांभाळू...' रिशा

दोघेही निघाले, मावशीला प्लॅन मध्ये घेतले की झाले.. मावशी लहान

असल्यामुळे मैत्रीचे नाते होते.. मावशीकडे आले, मावशीने मस्त पाणी-पुरीचा बेत आखला.. मुले खुश...

‘ए मावशी, आईच्या ५० व्या वाढदिवसाला तिच्या सर्व मित्र- मैत्रिणींना बोलवायच ठरवल आहे आम्ही.. पण आम्हाला माहितच नाही ग कोण आहे तिच्या जवळच्या मैत्रिंणी विषयी... तू सांग... ना ग...’

नीता विचारांत हरवली, ‘ए मावशी सांग ना ग.. मुलांनी गलका केला...’

नीता सांगू लागली, ‘अरे तुमची आई म्हणजेच नुतन ताई माझ्या पेक्षा ८-९ वर्षांनी मोठी, पण तीच लहानपण जगलीच नाही रे ती.. आमचे अण्णा, एकदम कडक, त्यात पहिली मुलगी म्हणून तुमच्या आईचा कायम तिरस्कार करायचे, ताईला खूप बोलायचे, त्यात जरा ती रंगाने कमी म्हणून सर्वच कमी लेखायचे तिला, एकच मैत्रीण होती तिची, पण ती डॉक्टरची मुलगी म्हणून भारीच वचक दाखवायची आणि तिची आई माझ्या ताईला ड्रेस वरून, दिसण्या वरून बोलायची. शेवटी ताईने तिची मैत्रीच कमी केली, ताई जास्त बोलायची नाही रे कमीच होती, सगळ्यांनी सारख बोलून बोलून ताईचा आत्मविश्वास कमी झाला होता.. कसे तरी कॉलेजची दोन वर्ष केली तिने. पण मुलीची जात म्हणून तसे लवकरच लग्न लावून दिले, तिच्या बरोबरच्या सर्व मुली शिकत होत्या आणि माझी ताई संसारात अडकून गेली, बघता बघता तुमचा जन्म झाला, लहान वयात ती मोठी झाली...

लग्नानंतर खूप बायका होत्या तिच्या ओळखीच्या. पण मैत्रिण अशी कधी झालीच नाही कारण सासू, नवरा, घर या कुचाळक्या तिला कधी आवडल्याच नाहीत. संसार आणि मुले वाढवताना राहून गेलेले छंद जोपासत तिने तुम्हा मुलांना वाढवले, कधी कधी रडायची मैत्रीण हवी ग एक तरी हक्काची! पण कधी भेटलीच नाही बघ निस्वार्थ मैत्री जपणारी, ती अशी हतबल झाली की तुमचे बाबा म्हणायचे मी आहे ना हक्काचा मित्र... कि ती हसायची... खुप वेगळी आहे तुमची आई, सगळ्यांना हेवा वाटावा

अशी, मिळेल त्यात समाधान मानणारी... मी तर म्हणेन ती खूप ग्रेट आहे त्यामुळे तिला हवी तशी मैत्रीण कधीच मिळाली नाही कारण तिला आपले मानण्यापेक्षा ना कमी लेखणाऱ्या आणि जळणाऱ्या जास्त होत्या...

पण तुमची आई मोठी जिद्दी... तुम्ही दोघ झाल्यावर पण तिने राहिलेले शिक्षण पूर्ण केले, शाळेत नोकरी धरली, तिथे पण आपले काम बरे आणि आपण बरे कारण मज्जा करणे, फिरणे ह्या सर्व गोष्टींपासून तिच्याही नकळत ती लांब गेली होती... तिच्या कामांत होणाऱ्या प्रगतीमुळे निंदकच जास्त झाले...'

रोहित आणि रिशा एकमेकांकडे बघून विचारांत पडले, आईच्या मनाचा एक नवीनच कोपरा त्यांना समजला... आईशी मैत्री करायची असे ठरवून ते तिथून निघाले, अन् मावशीला सांगितलं की, 'ज्या मैत्रिणींनी आमच्या आईला कमी लेखले किंवा तिला दुखावले त्या सर्वांना बोलाव... आज ज्यांनी आमच्या आईला दुखावले त्यांना सर्वांना आईच कौतुक ऐकु दे.'

घरी आल्यावर आईशी लाडीगोडी लावली, आई तू आमची मैत्रीण, तुझ्याशी बोलताना खूप छान वाटूत, आम्ही सर्व काही शेअर करतो म्हणजे आपण मित्र-मैत्रिण झालो की नाही? आई हसली आणि म्हणाली आज अचानक काय झाले? काही नाही ग... फ्रेंड्स... योsss असे म्हणून हात पुढे केला हातांत हात घातला... शेकहॅन्ड केले...

नूतन मुलांना असे बघून काहीतरी खलबत आहेत खरी असे मनात म्हणाली... अखेर तो दिवस आला, मावशीला आधीच बोलावून घेतले होते, सकाळी आई उठायच्या आधीच दोघांनी उठून आईच्या स्वागताची तयारी केली. फुले उधळून हातात एक मस्त स्मार्ट फोन देऊन आईला विश केले... तोपर्यंत बाबांना सुद्धा मुलांनी काहीच सांगितल नव्हते..

अरे, मी ठरवलेले गिफ्ट तुम्हीच दिले आता मी काय देणार? बाबांनी असे म्हणताच रिशाने बाबांच्या हातांत आईसाठी एक गोष्ट दिली, त्यात तिचे टाइम टेबल आणि योगा क्लासचे डिटेल्स, ट्रॅक सूट, योगा मॅट असे सर्व काही होते.. हे तुम्ही सांगा बाबा तिला.. आजपर्यंत तिने आपल्या साठी टाइम टेबल आखले आज आम्ही तिला देत आहोत..

नूतन म्हणाली, 'अहो तुम्ही पण काय मुलांसोबत लागता? हे सर्व बाहेर कशाला एवढी वर्षे मला जमेल तसे घरी करत होते की..'

'अगं ताई, आता तू काही बोलू नको.. आणि हो माझ्याकडून तुला वेगळच गिफ्ट आहे.. तुझ्या ह्या लिखाणाच्या वह्या.. किती वर्ष त्या कपाटात आहेत सांग मला? अगं ही पण एक कला आहे.. किती तरी ऑनलाईन पोर्टल आहेत, मी तुझ्या मोबाईल मध्ये आधीच डाउनलोड करून दिलेत. आज अनेक पोर्टल वर अकाउंट उघड बघू... तूला खूप छान प्लॅटफॉर्म मिळेल तिथे, वाचक वर्ग, तसेच पूर्ण टीम सुद्धा छान असतात.'

नूतनला काहीतरी वेगळेच वाटत होते... पण आज तिला कोण काही बोलूच देत नव्हते... किचन मध्ये जायचे नाही, इकडे जायचं नाही... शिक्षा केल्यासारखी तिला आणि निलेशरावांना एका खोलीत बसून राहायला सांगितल होते.. अहो, तुम्हाला ऑफिसला नाही जायचं का? नूतन म्हणाली...

आजू बाजूला कोणी नाही म्हटल्यावर निलेशने आज बऱ्याच वर्षांनी त्यांच्या मनाचा कोपरा तिच्या समोर उलगडला... 'नूतन, खरंच खूप केलस तू आमच्या साठी, ह्या घरासाठी, कधी स्वतः साठी जगली नाहीस आणि ह्या मुळे तुझ्या आयुष्यात एक पोकळी निर्माण झाली. मैत्रीची जागा तशीच आहे अजून... कारण तू तुझ्या विश्वात एवढी गुंतून गेलीस की तुझ्या मैत्रिणी खूप पुढे निघून गेल्या.. मी जायचो मित्रांसोबत, मुले जायची.. खर्च वाढत जातो असा विचार करून तू मात्र घरी राहायचीस.... माझ्या वर चिडायचीस.. मी घरी एकटीच असते हो, माझी आठवण ठेवत जा.. पण तेव्हा मात्र आम्ही

तुझी खिल्ली उडवायचो.. तुला कधी गॉसिपींग जमलं नाही म्हणून तू एकटी राहिलीस...'

'अहो, असे काय बोलताय, उलट आपल्या नात्याचा हेवा वाटतो लोकांना, तुम्ही किती सपोर्ट केला मला म्हणून नोकरी, घर, मुले सांभाळू शकले. आपल्या मधील मैत्रीचे नाते तसेच आहे, तरी पण हि पोकळी आधी जाणवायची मला आता नाही वाटूत काही.. मुले पण छान मित्रासारखी वागतात... आणि अहो, पाठ फिरली की नाव ठेवणाऱ्या मैत्रिणी काय उपयोगी? त्या पेक्षा दुरून डोंगर साजरे... नाही का?' दोघ गप्पांत हरवले...

तिकडे मुलांची तयारी सुरू होती, दुपारची जेवण झाली आणि जवळचं असलेल्या एका हॉलमध्ये संध्याकाळी सर्व येणार होते, आईला दिव्यांनी ओवाळायचे.. सर्व काही ठरले होते.. नीतू, आज आई- अण्णा हवे होते नाही का? नूतन म्हणाली.. असुदे ग ताई आपण आहोत ना.. नीताच्या मुलांनी येऊन मावशीला मिठी मारली.. आणि ताई-दादा च्या मदतीला गेले..

सर्वांना मुलांनी बोलावलं होते.. नूतनला हॉल वर येण्यासाठी मुलांनी फोन केला, निलेश आणि नुतन अगदी तरुण दिसत होते, एवढी वर्ष झाली तरी त्यांच्या मधील प्रेम तसेच होते... हॉल भरलेला बघून नुतन पाहत बसली, निलेशराव मात्र हसत होते. नातेवाईक, मैत्रिणी, कलीग्स सर्व आले होते, नुतनवर शुभेच्छांचा वर्षाव होत होता... नूतन मात्र थक्क होऊन बघत होती....

मुलांनी लपुन छपून वाढदिवसाचा कार्यक्रम ठरवला, तयारी केली, थिम दिली सर्वांना.. सगळ्यांपासून लांब राहणारी आई, जिला सर्वांनी कमी लेखले अशा सर्व लोकांना आज फ़क्त आणि फ़क्त आईच कौतुक ऐकायला बोलवले होते. आईच्या संपूर्ण आयुष्याचा स्लाईड शो केला होता आणि एक पेपर आणि पेन ठेवला होता ज्यावर सर्वांना आईसाठी शुभेच्छा लिहायच्या होत्या...

सर्व बघून नूतनचे डोळे भरून आले, सगळ्यांना नुतनचे एक नवीन रूप समजलं... सर्वांचे झाल्यावर नूतनला बोलायला सांगितल, खर तर काहीच कळत नव्हते तिला, एक जुनीच तिनेच केलेली कविता बोलायला तिने सुरुवात केली...

एक तरी मैत्रीण असावी...
मनाच्या कोपऱ्यात अलगद बसावी...

मी-तू पणाची भावना आमच्यात कधीच नसावी...
हेवे-दावे, मान-पान यांना मैत्रीत जागा नसावी....

खुले असावे नाते, व्हाव्या मनमोकळ्या गप्पा...
अलगद उघडला जावा मनाचा नाजूक कप्पा...

हवी आहे मजला अशीच एक सखी....
माझे नाव तिच्या अन तिचे नाव माझ्या....असावे सतत मुखी...

न बोलता समजून घेऊ आम्ही एकमेकींच्या भावना....
नकळत समजतील आम्हाला एकमेकींच्या यातना....

आयुष्याची जरी सरली एवढी वर्ष....
तरीही अशा ह्या सखीची जागा अजूनही आहे रिक्त...

भेटेल जेव्हा ती मला, काय सांगू केवढा होईल हर्ष...
हक्काने होऊ शकेन मी तिच्याजवळ व्यक्त....

आजपर्यंत अनेकांच्या ऐकल्यात मी सुख-दुःखाच्या कथा...
पण कोणालाच नाही वेळ, ऐकायला माझ्या मनीची व्यथा....

ह्या वेड्या मनाला आहे अजूनही आस...
कधी भेटेल मला माझी सखी ती खास...

मैत्री दिनाच्या वेळेस मात्र या विचारांनी होतो खूप त्रास...

जेव्हा तिची-माझी होईल भेट,

तोच दिन असेल माझ्यासाठी मैत्री दिन खास....

ऐकून माझी ही कहाणी, नकळत बोलली एक वाणी..

असता तूला हे कन्यारत्न, आणू नकोस डोळ्यात पाणी..

तीच होईल बघ तुझी सखी, अन जाणून घेईल तुझी व्यथा...

ऐकता हे बोलणे, मनास आली परत उभारी...

अन खरोखरच आमची मैत्री झाली सर्वांपेक्षा न्यारी....

माझी प्रिय सखी झाली माझीच लेक प्यारी....

जोरात टाळ्या वाजल्या, दोन्ही मुलांचे तिने कौतुक आणि आभार मानले, बऱ्याच मैत्रिणी तोंडदेखले कौतुक करून गेल्या तर काही नव्याने जोडल्या गेला...

नीता आणि रिशाच्या साथीने मग् लेखणी सोबत केली नव्यानं मैत्री नुतनने, आणि तिला हव्या तश्या तिच्या सारख्या कित्येक मैत्रिणी तिला मिळाल्या.. आणि तिच्या आयुष्यात असलेली मैत्रीची पोकळी तीच्या लेखणीने भरून काढली..

१९

आज उमगले बाबांचे रुप

'आज किती वर्षांनी मी बाबांच्या चेहऱ्यावर हसू बघतोय खरचं रश्मी तुझ्यामुळे हे सर्व शक्य झाले... तू त्यांचा वाढदिवस किती छान साजरा केलास...' राकेश रश्मीला प्रेमाने जवळ घेत म्हणाला... रश्मी म्हणाली, 'राकेश तुला तुझे बाबा कधी उमजलेच नाहीत... हो ना...'

राकेश म्हणाला, 'असे काही नाही ग... आईला तर मी कधी बघितलच नाही.. बाबांनीच सारं केले माझे.. पण नेहमीच मला जाणवायच की त्यांच्या मनात काहीतरी खूपतय... पण काय ते कधी समजलं नाही मला... नेहमीच ते वेगळे असायचे... सगळ्यांसोबत मिळून मिसळून वागताना मी त्यांना कधीच बघितले नाही... मनमोकळे हसताना... समाजात वावरताना कायम दडपणात असायचे ते ...

सुरुवातीला खूप प्रश्न विचारायचो मी त्यांना पण ते काहीच बोलायचे नाहीत... माझी आई.. कशी होती? कशी दिसायची? तिच्या विषयी कधी बोलताना मी त्यांना पाहिलेच नाही... आपल्या मुलांचे लाड करणारी आई बघितली की मला पण वाटायचं... पण आईचा विषय काढला की बाबा एकदम गप्प व्हायचे... हळू हळू मी सोडून दिले विषय काढणे... मी मोठा होत होतो, मला सर्व समजत होते.. काहीतरी आहे जे बाबा लपवत आहेत.. पण त्यांनी मला काहीच सांगितलं नाही कधीच...'

रश्मी हसुन म्हणाली, 'राकेश तू सुद्धा कधी त्यांच मन समजल नाहीस...' राकेशला तिच्या बोलण्याचा अर्थच उमजला नाही... तो तिला म्हणाला 'म्हणजे ग...?'

'अरे आपले बाबा खूप हळवे आहेत, त्यांच्या मनाच्या कोपऱ्यात कितीतरी कडू आठवणी आहेत रे... तू त्या मनाला हळुवार फुंकर कधी घातलीस नाही... मला अजूनही आठवत आहे तो दिवस.. आपल्या लग्नाचा...

त्यांना पटणार नाही, हे तुझे तूच ठरवून त्यांना न सांगता माझ्याशी लग्न केलंस.. तेव्हा त्यांच्या चेहेऱ्यावर राग तर होताच शिवाय एक वेगळीच भीती होती.. जी मला दिसली अगदी काही क्षणात मला जाणवलं. पण तुला इतक्या वर्षात कधी कळलेच नाही...

राकेश म्हणाला, 'कळेल असे बोल प्लीज...'

रश्मी म्हणाली 'सर्व सांगते, पण तू त्यांना काही सांगणार नाहीस.. असे मला वचन दे...

राकेश, तुझे बाबा सत्याला घाबरतात.. सत्य हे आहे की, ते कधीच बाप होऊ शकणार नव्हते.. तुझ्या आईचा पाय घसरला आणि ती.. मी नाही बोलू शकत पुढचे.. पण तुझ्या बाबांना मात्र मानले पाहिजे.. त्यांनी तुझा स्वीकार केला... तुला कधीच जाणवून पण दिले नाही की तू त्यांचा मुलगा नाहीस...'

सत्य ऐकताच राकेश मात्र गडबडला, 'तू काय बोलतेस? असे होऊच शकत नाही...'

रश्मी म्हणाली, 'अरे आपले लग्न झाले तेव्हा ते घाबरले त्याच कारण हे सर्व सत्य एकाच व्यक्तीला माहिती होते आणि ते म्हणजे माझे बाबा.. डॉक्टर म्हणून त्यांनी त्यावेळी तुझ्या बाबांना सावरले... म्हणूनच आतापर्यंत ते या समाजासमोर यायला घाबरत आले अन् अजूनही घाबरतात.. त्या मागे

त्यांचा एकच हेतू आहे तो म्हणजे हे सत्य तुला समजले तर तू हे सहन करू शकणार नाहीस... तू त्यांना सोडून जाशील ही भीती सुद्धा...

मला माझ्या बाबांनी आपल्या लग्नाआधीच सर्व काही सांगितले होते. तू ऑफिसला गेलास की दिवसभर स्वतःच्याच घरात ते परक्यासारखे वागायचे... किती दिवस मी त्यांच्याशी या विषयावर कसे बोलू याचा विचार करत होते.. अन् त्या दिवशी अचानक तू मला म्हणालास त्यांचा वाढदिवस याच महिन्यात येतो.. मग् माझ्या बाबांना फोन करून मी मस्त प्लॅन केला... खरतर त्यांना सर्व काही सरप्राइज द्यायचे असे मी ठरवले होते.. पण माझे बाबा मला म्हणाले, आयुष्याची एवढी वर्षे सर्व गोष्टींपासुन अलिप्त राहिलेला माणूस एकदम सुख नाही पचवू शकत...

मग हळूहळू मी त्यांच्याशी बोलायला सुरुवात केली.. मी त्यांना समजावले कोणताच माणुस हा परिपूर्ण नसतो.. प्रत्येक व्यक्तीमध्ये काही ना काही कमी असते.. तुम्ही का स्वतःला कमी लेखता... मी असे म्हणाले आणि त्यांना धक्का बसला.. ते मला म्हणाले सर्व काही माहिती असून देखील तू माझ्या राकेशसोबत लग्न केलेस.. खरच ग्रेट आहात तुम्ही.. डॉक्टर आणि तू सुद्धा... माझ्या समोर हात जोडून रडू लागले...'

राकेश सर्व शांतपणे ऐकत होता.. रश्मी पुढे म्हणाली, मग मी त्यांना सांगितलं, 'कोणतीही बाई सुद्धा सवतीचे मूल सांभाळत नाही.. तुम्ही तर ते स्वीकारलेच शिवाय एकेरी पालकत्व त्याची धुरा सुद्धा नीट सांभाळलीत.. ग्रेट आम्ही नाही तुम्ही आहात बाबा... एवढे वर्ष तुम्ही सर्व एकट्याने सांभाळलेत.. आता तुमच्यासाठी काही करायची संधी आम्हाला द्या बाबा...'

हे सर्व ऐकताच राकेश खूप रडायला लागला... 'मी खूप मोठा गुन्हेगार आहे त्यांचा... मला कायम आई हवी असायची... त्यांनी माझ्या प्रश्नांची उत्तर दिली नाही की मी त्यांना काही बाही बोलायचो.. आज मला खरच लाज वाटते स्वतःची... लहान असताना ठीक होते ग, पण मोठा झाल्यावर

सुद्धा शीsss.. मी त्यांच्या बाजूने कधी विचारच केला नाही... ते नेहमीच माझ्यासाठी आई-बाबा... तर कधी मित्र बनत आले...

ज्या आईने मला जन्म दिला, ती माझा विचारही न करता निघून गेली. पण माझ्या बाबांनी मला घडवले, एवढा मोठा अन्याय सहन करून, त्यांची झालेली फसवणूक विसरून त्यांनी मला लहानाचे मोठे केले... माझ्या चेहेऱ्यावर हसु यावे म्हणून किती प्रयत्न केले.. पण मी मात्र कायम त्यांनी जे मला दिले नाही किंवा जे ते देऊ शकले नाही याचा राग धरून त्यांच्याशी कायम अंतर ठेवून वागत आलो... खरंतर त्यांनी मला आपले मानून माझे पालकत्व स्विकारले नसते तर आज मी कुठे असतो? काय करत असतो? याचा विचार केला तरी माझ्या अंगावर काटा येतो...'

रश्मीने राकेशला सावरले... 'राकेश सारं काही विसरून नवीन सुरुवात कर... त्यांना प्रेम, आपुलकी हवी... आज कितीतरी वर्षांनी त्यांच्या चेहेऱ्यावर हे हसु आले.. त्यांच्या मनातला न्यूनगंड गेलाय आता तो कधीच परत येऊ नये म्हणून आपण प्रयत्न करायला हवा... पुरूषार्थ म्हणजे फक्त मुले जन्माला घातली म्हणजे नाही सिद्ध होत, तर तुम्ही मुलांना कसे घडवता? कसे संस्कार देता? यांवरही अवलंबुन असतो.. अन त्यांनी खऱ्या अर्थाने तो सिद्ध केलाय... आपल्या बायकोच कौतुक दुसऱ्या पुरूषाने केले तरी राग येतो तुम्हा पुरूषांना... तुमचा पुरूषी अहंकार दुखावला जातो... इथे तर त्यांनी परपुरुषाचे मूल जे त्यांच्या बायकोच्या उदरातून जन्माला आले.. त्याचा स्विकार तर केलाच, पण बायको सोडून गेली तरीही यथोचित सांभाळही केलाय... ते खरच खूप ग्रेट आहेत...'

राकेशला आज रश्मीमुळे त्याचे बाबा नव्याने उमगले...

वाचकहो कशी वाटली कथा?? पूर्ण काल्पनिक आहे बर का!!!... प्रत्येक वेळेस हा समाज, कायदा नेहमीच स्त्रियांच्या बाजूने असतो... पण प्रत्येक वेळेस पुरुष दोषी असतोच असे नाही, काही स्त्रिया सुद्धा व्यभिचारी

वागतात.. आपले कुटुंब, संसार, नवरा याचा विचार करत नाहीत, अश्या वेळेस काही पुरूष आपला मोडलेला संसार सावरतात, आपला पुरूषी अहंकार बाजूला ठेवून...

२०

तिला काय हवे असते?
ते कळतच नाही....

आज बऱ्याच वर्षांनी सर्व कॉलेजचे मित्र एकत्र जमले होते... बऱ्याच गप्पा रंगल्या होत्या... कोण कोण काय करते? कोणी बिझनेस करत होते, तर कोणी नोकरी... कोणी वडीलोपार्जीत व्यवसाय... सगळीकडच्या गप्पा झाल्या.. कॉलेजचे जुने दिवस आठवून एकमेकांना चिडवून झाले.. काही जणांचे प्रेम यशस्वी झाले तर काहींचे अपयशी... फिरून फिरून विषय बायको ह्या मुद्द्यावर आला... आणि सर्वांचे एकच मत पडले... 'लव्ह असो की अरेंज पण साला तिला काय हवं कधी कळतच नाही रे.. कसे पण वागा कायम कटकट' एक जण असे बोलला आणि सगळ्यांनी त्याची री ओढली... आणि सहमती दाखवली...

'खरच यार, सगळ्याच बायका सारख्याच नाय लेकाच्या... कधी हसतात, कधी रागवतात, कधी रडतात.. साला कस वागायचं रे आपण...' सगळे ४०-४२ या वयात होते. त्यामुळे लग्न अनुभव हा १०-१५ वर्षे या गटात होता प्रत्येकाचा... 'एवढी वर्ष झाली वकीली करतोय मी, पण साली बायको नावाची केस काय मी सोडवू शकलो नाही... एक वकील हसत हसत बोलला.. प्रत्येक जण आपल्या पेशाला धरून बायकोची किंबुहना सर्व स्त्री वर्गाची खिल्ली उडवत होता... अवि मात्र लांबून सर्व ऐकत होता.. प्रत्येक

जण थोड्या फार नशेत होता कोणी जास्त तर कोणी कमी... 'ए अव्या बोल कि एक आवाज आला.. तू का गप्प राहिला... साला बायकोने दम दिलाय की काय..??' परत एक जोरात हशा पिकला...

अवि शांतपणे हसला, म्हणाला 'दम नाही रे बाबा.. ऐकतोय तुमची कहाणी... माझी काही वेगळी नाही पण तरीही काय बोलू रे... आपण समजतो तितक्या काही बावळट नसतात रे या बायका... आपणच समजून घ्यायला कमी पडतो त्यांना... म्हणतात ना "स्त्री मन समजले ज्यास... स्वर्गसुख लाभले त्यास!!"..'

'ए अव्या तू काय कविता वगैरे करतो की काय?? मज्जा आहे मग् तुझ्या बायकोची... नाहीतर ह्या बायकांना असल सेंटीमेन्टल लय आवडत बघ...' विकी बोलला... परत जोरात हशा... 'ए पेग भर अजून आपले कवी रंगात आलेत... हे ऐकून अवि म्हणाला...मी नाही घेत.. नको..' 'ए बायकोने दम दिलाय का एवढा... ती कुठे आहे इथे घे की... एवढा नाचतोस तिच्या तालावर... परत विनोद करत एकमेकांना टाळ्या देत सर्व अविभोवती गोळा झाले...

अविचा चेहरा पडला, डोळे भरून आले.. आणि एकदम पिनड्रॉप सायलेंन्स झाला... 'ए अव्या काय झालं? जास्त बोललो काय आम्ही? ए सॉरी यार...'

अवि जोरात ओरडला, 'हो आपण जास्तच बोलतो.प्रत्येक तिला.. मग ती बायको असो, आई असो, बहिण असो नाहीतर मुलगी... आपण नेहमीच जास्त बोलतो, तिच्या मनाचा विचार न करता, तिला कमी लेखतो, तुच्छ मानतो..

तिला काय हवे? याचा साधा विचार करत नाही आपण... एक आई म्हणून ती आपल्याला घडवते, आपल्याला वाढवते, आपल्यासाठी अनेक

खस्ता खाते आणि लहानाचे मोठे करत असते.... आपण मोठे झाल्यावर आईची अक्कल काढतो, पण आपल्याला हे बोलायला मोठे करणारी आई असते, हे मात्र आपण विसरून जातो... आपल्या आईला नेहमीच आपल्या कडून आपुलकीचे शब्द हवे असतात, डोळ्यात तिच्या विषयी असलेले आदरयुक्त प्रेम हवे असते....

एक बहीण म्हणून नेहमीच ती आपली काळजी घेत असते, ताई असेल तर आई सारखा जीव ओवाळणारी असते तिला पण प्रेमाचे दोन शब्द हवे असतात, अन कधी काही वाटलंच तर हा भाऊ आहे हा आधार हवा असतो...

मुलीच म्हणाल तर तिच्या साठी हिरो असतो आपण, हक्काने हट्ट करते ती...ते पूर्ण करणारा सुपर हिरो म्हणजे बाबा असतो तिच्यासाठी... प्रत्येक बाबा आपल्या लेकीसाठी कल्पवृक्ष असतो...

आणि आता राहिली बायको... तिचे म्हणाल तर काय हो... नेहमीच आपल्या साठी चेष्टेचा विषय असते ती.. आपण तिला सायको म्हणतो, सेंटीमेन्टल म्हणतो... पण खरंच तिच्यामुळे तर आपल्या आयुष्याला अर्थ असतो... तिच्या शिवाय आयुष्याची कल्पना करून बघा... एका क्षणी तिचं घर, तिची माणसे सोडून ती आपल्याकडे येते, आपल्या घराला आपले मानते, आपले आई-बाबा, बहीण- भाऊ सर्वांना ती आपले मानते... पूर्ण दिवस सतत दुसऱ्यांचा विचार करते... आपण तिच्यासाठी काय करतो? नुसते साडी, गिफ्ट, पैसे नको असतात तिला... तिला तिचं मन जपणारा साथीदार हवा असतो, तिला प्रेमाचे, कौतुकाचे दोन शब्द हवे असतात... किती करतेस? दमली असशील ना? असे तिचा हात हातात घेऊन बोलुन तर बघा... परत नव्या जोमाने ती उभी राहते तुमच्याचसाठी... तिचं अस्तित्व म्हणजे तिचं माहेर असते...त्याची टिंगल न करता कौतुक करा, बघा कशी हसेल ती... तिचं आयुष्य आपण असतो, अशा तिच्यासाठी दिवसातले काही

क्षण द्या जे फ़क्त तिच्यासाठी असतील.. एखादा गजरा आणा आठवणीने, कधी एकाच बशीत चहा पिऊन बघा...

खूप साध्या अपेक्षा असतात हो ह्या बायको नावाच्या सायको व्यक्तीच्या. त्या वेळीच ओळखा...बघा तिच्या मनाची दार कशी अलगद उघडतील आणि तिच्या मनाच्या राजवाड्याचे मग् तुम्हीच राजे व्हाल...'

सगळे टाळ्या वाजवतात... 'लकी आहेत रे वहिनी... खरंच घरी यायला पाहिजे तुझ्या... वहिनींनी एवढे बदलवल तुला.... मानला पाहिजे यार....'

अवि डोळ्यात पाणी आणून म्हणाला, 'मी अनलकी आहे रे, हे सर्व कळायला मला एवढा उशीर लागला, कि हा बदल बघायला ती या जगात नाही... म्हणुन सांगतो लेकांनो तुम्ही वेळीच जागे व्हा... अन तिला काय हवे आहे? कळतच नाही असे नका बोलू... खुप् साध्या असतात अपेक्षा त्या वेळीच समजून घ्या...'

काय मग् घेणार ना समजून स्त्रीचे मन..

२१

"आई" --- कधीच न संपणारा जॉब

निशा एक करीयरओरीयंन्टेड मुलगी...नेत्राताई म्हणजे तिची आई... त्या निशाच्यामागे लागल्या होत्या, चान्स घ्या म्हणून...

पण निशा अगदी लहान असल्यापासूनच वेगळीच होती, एकूलती एक असल्यामुळे लाडात वाढलेली.... तिला प्रत्येक गोष्टीत स्वतंत्र राहायची सवय.... तिच्या आई बाबांची ती खूपच लाडकी कारण लग्नाला १५ वर्ष झाल्यावर ती झाली होती....

त्यामुळे लहानपणापासूनच ती सर्व मुलांपासून लांब राहायची कारण तिला तिच्या महागड्या वस्तू कोणी घेऊन जाईल असे वाटायचं.... आणि तिला काही होऊ नये म्हणून तिचे आई बाबा फारच जपून ठेवायचे तिला....

जशी ती मोठी होत गेली तशी अजूनच नाजूक होत गेली ती.... कसलीच सवय नव्हती तिला.... हुशार होती त्यामुळे शिक्षण छान पूर्ण केले तिने.... पण तिला सहन शक्ती अजिबात नव्हती, अड्जस्ट करायची सवय नव्हती.... आता मात्र तिच्या आईला खूप काळजी वाटत होती तिची...कस होणार??

तिला छान नोकरी लागली, लग्न जमले, अगदी थाट होता लग्नाचा.... गावातच दिली तिला.... दोघे खूप छान कमवत होते कशाची कमी नव्हती.... दोन वर्ष झाली लग्नाला तरी बाळ नकोच म्हणायची.... तिच्या सर्व मैत्रिणी

आई झाल्या त्यामुळे नेत्राताई खूप काळजीत तिला बोलल्या, आग एक चान्स तरी घे...

निशा - काय ग आई? सारखा तोच विषय काढतेस, आम्ही ठरवलंय D.I.N.K.(डबल इनकम नो किड्स)

नेत्राताई - म्हणजे ग काय?

निशा - ओहो काय तू? आम्हाला नकोय मूल, कोण ते स्वतःला अडकून घेणार? माझ्या मैत्रिणी आहेत ना त्यांना बघितलं मी, मला नाही सहन होणार त्या कळा, तें सलाईन, गोळ्या, हे खायच नाही, तेच खायचं मला नको पथ्य पाणी....आणि एवढे होऊन परत जागरण करा, त्यांना मोठी करा, त्यांना भरवण, त्यांनी केलेला पसारा आवारा..माझा जॉब जाईल मला नाही जमणार काहीच यातलं.... मला मूल नकोच.... मी नाही अडकू शकत.... माझी वेगळी स्वप्न आहेत, बघू नंतर...परत माझ्या फीटनेसचे, करिअरचे काय? सर्व वेस्ट ऑफ टाईम...

नेत्राताई - मूल जन्माला घालणे म्हणजे काय वाटते तुला? एक एवढासा जीव आपल्या पोटात वाढतोय ही भावनाच किती सुखद आहे..!! त्याचे आपल्या दुधावर वाढणे, पहिल्यांदा आई बोलणे... नुसते करिअर, पैसा म्हणजे सर्वस्व नाही ग.. आई म्हणजे एक न संपणारा जॉब आहे, ज्यात मिळणारे समाधान, प्रेम, आपुलकी ह्याची तुलना पैशाशी होऊच शकतं नाही ग.. करिअर करून तुला खूप मोठी पोस्ट मिळेल, पण आई होण्यातले सुख नाही मिळणार... ह्या दृष्टिकोनातून विचार करून बघ.. अन आम्ही असा काही विचार केला असता तर??

निशा मात्र निरुत्तर होऊन ऐकतच बसली.... हरवून गेली विचारांत... मनात तिला कुठेतरी आईचे बोलणे पटले..

तिचा विचार बदलून गेला, लवकरच गोड बातमी आली.. नेत्राताईंच्या आनंदाला पारावार राहिला नाही.. खूप काळजी घेत होत्या त्या निशाची... निशा सुद्धा बाळाची चाहूल, डोहाळे सर्व छान अनुभवत होती.. तिला खूप छान वाटत होते....

नेत्राताईंनी तिला परत खूप छान समजून सांगितले, त्या म्हणाल्या, हे बघ निशा, आता तु मातृत्वाच्या उंबरठ्यावर आहेस, म्हणुन तुला काही गोष्टी सांगते...

“खर तर आई होणं सोपं आहे पण आईपण येणे फार अवघड...कारण आईपण अंशतः अनुभवता येतं नाही ते पूर्णपणे निभवायला लागतें.....”

आपण आई झालो की आपले अख्खं जग मुलांपासून सुरू होते...आणि त्यांच्यापाशीच येऊन थांबते..... आपण कोणत्याच गोष्टीत त्यांना वगळू शकत नाही किंवा विसरू शकतं नाही....

आता ह्या मातृत्वाच्या उंबरठ्यावर असताना, आपल्या मनात नेहमीच अनेक प्रश्न येत असतात, पण ही एक न संपणारी जबाबदारी आहे....आणि ती पार पाडत असताना आपल्याला एक आई म्हणून स्वतःच्या ambitions आणि त्यातून आपली होणारी प्रगती याचा त्याग थोडी वर्षे तरी करावाच लागतो...

जबाबदार पालक होण्यासाठी एक सुशिक्षित व्यक्ती असणे आवश्यक आहे, वेगवेगळ्या फील्डमधून पदवी घेतलेले हे पालक ती पदवी मिळावी म्हणून चार ते सहा वर्षे शिक्षण घेतात... तेव्हा ती मिळते आणि मग् अनुभव मिळतो... पण कोणतेच शिक्षण न घेता, पालक होण्याचा अनुभव मात्र सगळ्यांना मिळतो आणि इथेच चुकते... म्हणूनच बाळा ही आई तूला सांगतें हे सर्व... आणि मला खात्री आहे तू ही जबाबदारी खूप छान पार पाडशील...

दिवसा मागून दिवस जातात अन एका गोंडस मुलाला निशा जन्म देते... आणि त्याला वाढवत असताना एक आई म्हणून घडत जाते... नेत्राताई मोठ्या कौतुकाने आपल्या लेकीमध्ये झालेला हा बदल बघत असतात आणि समाधानी असतात....

निशाला सुद्धा आई झाल्यावर स्वतःमध्ये झालेले हे बदल बघून स्वतःचा अभिमान वाटूत असतो... ती स्वतः स्वतःला नव्याने उमगत जाते... बाळाच्या बाळलीला बघितल्यावर ती आईला म्हणते, खरच आई तुझे ऐकले म्हणून आज मला मातृत्वाची खरी गोडी कळते... आई या शब्दात एक जादू आहे ग... खरच आई हा कधीच न संपणारा जॉब आहे, पटतय मला... तुझे ऐकले नसते तर हा गोड अनुभव मला घेता आलाच नसता... दोघींचे डोळे आनंदाने भरून येतात....

कथा पूर्ण काल्पनीक आहे....असे होईल असे नाही...अपवाद असतातच, काहीना मुले होत नाहीत...त्यांना खरच किती वाईट वाटत असते आणि काही केवळ स्वतःच्या स्वार्थी स्वभावामुळे मुले होऊन देत नाही... शेवटी हा प्रत्येक व्यक्ती चा पर्सनल प्रश्न आहे....

२२

बदलले आहे ते बाबाच बाह्यरुप.. अंतर्मन नाही

ओह्ह बाबा...!! काय यार तू एवढे पण लक्षात नाही रहात तुझ्या.?? किती वेळा शिकवलं मी बाबा तुला...आता परत सांगणार नाही हं... अपेक्षा लाडीकपणाने आपल्या बाबाशी बोलत होती....

मीराताई लांबूनच सर्व बघत होत्या आणि मनात हसत होत्या...त्यांची नात म्हणजे अपेक्षा.. संदीपला म्हणजे त्यांच्या मुलाला अगदी अरे तुरे करून बोलायची अगदी मित्र मैत्रिणीचे नाते होते त्या दोघांचे....

अपेक्षा मजा आहे तुझी ग...आमच्या वेळेस असे नव्हते ग काही ! बोलता बोलता नकळत त्या भूतकाळात गेल्या..त्यांच्या डोळ्यासमोर त्यांचा माहेरचा वाडा, बाहेर असलेला झोपाळा आणि त्यावर बसलेले अण्णा दिसत होते.. अण्णांची कडक शिस्त... त्यांचा शब्द म्हणजे जणू “काळ्या दगडावरची रेष...” अण्णा म्हणजे त्यांचे काका पण घरातले मोठे त्यामुळे ते म्हणतील ती पूर्व दिशा असायची...

आमची आजी म्हणजे रमाबाई त्यांची सावत्र आई, अगदी पोटच्या मुलाप्रमाणे तिने वाढवले पण अण्णांसमोर ती काही बोलायची नाही, तात्या म्हणजे माझे वडील, भाई काका म्हणजे लहान काका. सर्व अण्णा सांगतील ते

आणि तसेच वागायचे कधी उलट प्रश्न केला नाही त्यांनी का??? कशाला??

अण्णांना दोन मुली खूप मोठ्या होत्या आमच्या पेक्षा. ताई आणि माई बोलायचो आम्ही. अगदी आमचे आई बाबा सुद्धा... घरातल्या मोठ्या मुली म्हणून रीत असायची तशी...खूप मज्जा करायचो पण अण्णा आले की कोणाचा आवाज नाही, सगळे एकदम शांत व्हायचे...अण्णा म्हणजे त्या घरचे वडील त्यामुळे त्यांचा धाक असायचा तसा...

काळ पुढे गेला. ताई-माई यांचे लग्न झाले अगदी १३ व्या वर्षी. तेव्हा अशी पद्धत होती, आम्ही अगदी ५ वर्षाच्या होतो...पण माई लग्नानंतर दोन महिन्यात गेली अगदी आम्हाला कायमची सोडून आणि अण्णा एकदम खचून गेले...तिला खूप छळायचे तिने अण्णांना तसे सांगितले, एकदाच आली होती माहेरपणाला रीत म्हणून तेव्हा...पण अण्णा एकदम कडक काही चालले नाही तिचे त्यांच्या समोर...एकदाच गरजून बोलले लग्न झालेल्या मुलीने असे माहेरी राहू नये, एकदा पाठवली सासरी की माहेर सुटले, मरेपर्यंत नवऱ्याचे घर सोडू नये...

आज त्यांचे शब्द त्यांना आठवत होते, मुली लहान असतानाच बायको गेली होती...आता ताई आणि ते..आम्ही सगळे होतोच पण त्यांच्या पुढे कोण बोलणार?? भाई काका यांचं लग्न पण नुकतेच झाले होते...त्यांना मुले झाली आणि अण्णा एकदम बदलले, माई गेल्या पासून ते हळवे झाले होते... त्यांची शिस्त,त्यांचा कडकपणा हरवला होता, सुरवातीला आम्हाला मज्जा वाटली पण नंतर मात्र त्यांना असे बघवत नव्हते आम्हाला....

आम्ही मात्र सुखी होतो लग्नाच्या बाबतीत २० वर्ष होईपर्यंत .. मग् लग्न लागले.. अण्णा एकदम गहिवरून बोलले, पोरी कधी वाटलं तर बिंदास यायचं माहेरी, मला अजून एक पोरगी नाय गमवायची...अण्णा काय बोलतील, ओरडतील का असा विचार नाही करायचा....पहिल्यांदा मी अण्णांना असे बघत होते...

घाबरत घाबरत सासरी आले, लहान असल्या पासून सवय लागली होती दडपणाखाली राहायची....पण ह्या आपल्या घरी पहिल्या पासून वातावरण खेळीमेळीचे होते...मी अगदी लवकर रमले...

आतापर्यंत वडील माणूस म्हणजे कडक,शिस्तप्रिय एवढंच माहिती होते मला, पण इकडे आले नी वेगळीच रूपं बघितली बाबांची...माझे सासरे म्हणजे तुझ्या बाबांचे आजोबा अगदी लेकी सारखा जीव लावत होते मला....सून कधी म्हंटले नाही त्यांनी मला...मग् हळू हळू मुले झाली संदीप, सागर, सुजाता आले..पण कधीच पसारा केला म्हणून ओरडले नाहीत की चुकले म्हणून मारले नाही त्यांच्या बाबांनी, हे असे बाबा मी कधी बघितले नव्हतेच...पण त्यांचा दरारा एवढा होता की एक नजर टाकली की तुझे बाबा, आत्या आणि काका लगेच गप्प व्हायचे....

काळ बदलला होता. मी अण्णा, तात्या याना बघत मोठी झाले होते त्यामुळे हे सर्व नवीन होते माझ्या साठी.....आणि आता तुमची पिढी म्हणजे काय अगदी ए बाबा काय?? यार काय?? मज्जा आहे तुमची...

संदीप ऐकत होता सर्व, त्याने अपेक्षाला बाहेर खेळायला पाठवले आणि म्हणाला, आई "अगदी खर आहे तुझे..." पण ही पिढी अशी आहे की त्यांना त्यांच्या भाषेत सांगायला लागतें पूर्वीसारख नाही जमत ग...!!!!

आई म्हणते, अरे बरोबर आहे तुझे. मी आठवण म्हणून सांगितलं सर्व..."पण खर सांगू का..??" हा बदल चांगला आहे खरंच...असे नाते असेल तर मुले मनमोकळेपणाने बोलतात नाहीतर मनात कुढत बसतात रे... मीरा ताईना भरून आले...

लहान असल्यापासून खूप रूप बघितली या बाबांची...कडक आणि शिस्तप्रिय बाबा, नुसता डोळ्यातून धाक ठेवणारा बाबा, आणि आता हा तुझ्या सारखा बाबा...

आई रडून मोकळी होते, डोळे मिटून प्रेम करते आणि म्हणून आपल्याला आई आवडते. पण बाबाचे तसे नसते रे, "बाळ सुखरूप बाहेर येईपर्यंत बाहेर अस्वस्थ होऊन फेऱ्या घालणारा बाबा... मुलगी मोठी झाली की ती घरी येईपर्यंत तिच्या काळजीने घर डोक्यावर घेणारा बाबा, मुलाला नोकरी हवी म्हणून साहेब लोकांपुढे हतबल होणारा बाबा...आयुष्यभर साठवलेली पूंजी मुलीच्या लग्नात खर्च करणारा बाबा, आणि लग्न होऊन गेली की तिच्या आठवणीने तळमळणारा बाबा...."

"अहो बाबाचा ए बाबा झाला तरी मनात असणाऱ्या भावना त्याच ना रे...!!!"

संदीप चे डोळे भरून आले....तो म्हणाला हो ग आई खर आहे तुझे बाबा कितीही मॉडर्न झाला तरी शेवटी बाबाच तो! डॅड म्हणा, पप्पा म्हणा, पण भावना मात्र एकच....बदलले आहे ते बाह्यरूप....अंतर्मनात तो हळवा कोपरा तसाच आहे.....

आकांक्षा हाक मारते, ए बाबा ये ना खेळायला....संदीप जातो आणि मीरा ताई मात्र दोघांकडे कौतुकाने पाहत बसतात...

२३

पाठवणी अशीही...

अहो आई, तुम्ही चक्क पाठवणी केल्यासारख्या रडत आहात.. चेतन आपल्या सासूबाईंना म्हणाल्या..

अहो, जावई बापू लेक बाळाला घेऊन आली.. आल्या सारखी २-३ महिने राहिली.. आता हा सूना कोपरा बघून दिवस कसा घालवायचा या विचारानेच रडायला येतंय बघा..

ए कम ऑन आई.. अग मी काय पहिल्यांदा सासरी जाते आहे का? स्वराली आपल्या आईला म्हणाली..

अग तस नाही ग.. आता तू पण आई झालीस कळेल तुला.. स्मिता ताई म्हणाल्या..

बाहेरून सुरेशराव ऐकत होते सार काही.. त्यांनी आत मध्ये शिरत बाळाला घेऊन बारसे विषयी बोलायला सुरुवात केली.. आणि वातावरण बदलले..

चला दोन दिवसावर बारसे आल आहे.. तयारीला लागा..

तशा स्मिता ताई लगबगीनं उठल्या.. लिस्ट घेउन आल्या.. जावयांना मान - पानाच्या साड्या दाखवल्या.. सर्वांना नातीची आठवण म्हणुन द्यायला आणलेली समई दाखवली.. माझी नात ह्या समई प्रमाणे शांत तेवत दोन्ही

घराचं नाव उज्वल करेल बघा.. अस म्हणताच.. स्वराली ओरडली, ए काय ग आई.. अजून माझी चिऊ दोन महिन्यांची नाही झाली तर तू कुठे जाऊन पोहचलीस..

अग चिडतेस काय स्वरू.. मी सहज बोलले ग.. स्मिता ताई म्हणाल्या..

बघा ह जावई बापू.. वाटल ना वाईट पाठवणी होणार म्हटल्यावर..

चला चला पुढ्यात वाढलंय ते पहा आधी... सुरेश राव..

परत सर्वांनी 🎁 गिफ्ट पॅकिंग ची तयारी सुरू केली..

स्मिता ताईंनी लेकीची पाठवणी परत एकदा करायची म्हणुन जाताना डिंक लाडू, सालम पाक, बाळासाठी गुटी.. काही घरगुती औषध.. अशी तयारी केली.. शतावरी कल्प.. कुळीथ पीठ असे एक एक करत सामानाची बांधा बांध चालू केली...

उद्या पाहुणे आल्यावर ह्यातल काही जमणार नाही, असे स्वतः शीच बोलत बोलत सर्व तयारी केली..

एकीकडे बारसे साठी हॉल वर लागणाऱ्या वस्तू.. त्याची तयारी सगळ कसं जातीने करत होत्या...

आपल्या आईचा हा उत्साह बघून स्वराली चेतनला म्हणाली, किती उत्साह आहे बघ ह्या वयातही.. मला तर कौतुक वाटत हीच.. नाहीतर आपण खरच किती नाजूक असा विचार मनात येतो.. आणि guilt वाटत राहत..

प्रत्येक गोष्ट किती मनापासून करते आई.. सगळ्याची हौस आहे.. थोड्या वेळा पूर्वी आम्ही जाणार म्हणुन रडत होती नी आत्ता बघ...

तेवढ्यात सुरेश राव तिथे आले आणि म्हणाले, तूझी ही पाठवणी करताना उत्साह आहे.. कारण आता तुम्ही आई- बाबा या नात्यात बांधले गेला आहात.. पण मागच्या वेळेस तू घरी आलीस तेव्हा तूझी पाठवणी

केल्यावर सर्व नीट होई पर्यंत ती नीट झोपत पण नव्हती ग... मुलीची पाठवणी म्हटल्यावर आई बाबांना भरून येतच ग.. त्यात आम्हाला तुम्ही दोन मुली तूझ्या ताईची अशी पाठवणी करावी लागेल असे स्वप्नात सुध्दा वाटले नव्हते ग.. प्रत्येक पाठवणी ही वेगळी ग..

बाबा.. नको तो विषय.. झालं ते झालं.. ताईच म्हणाल तर नियती पुढे आपले काय हो?

आमच्या बाबतीत म्हणाल तर तेव्हा खरच आमची चूक झाली.. आमचा मूर्खपणा होता तो... स्वरू म्हणाली..

चेतन सुध्दा म्हणाला, हो बाबा आमचं खरच चुकल.. आम्हाला माफ करा..

अहो जावई काय करताय? तुम्ही कसली माफी मागताय...

तुम्हाला सांगतो आज काल पाठवणी ही मुलीचीच राहिली नाही हो.. मुलांना सुध्दा शिक्षण, नोकरी या साठी बाहेर गावी ठेवताना त्यांच्या आई बाबांची अवस्था ही मुलीची पाठवणी करताना होतें तशीच होते हो..

मोठी सोनाली, आणि ही स्वराली.. ह्यांच्या बाबतीत तर प्रत्येक पाठवणीला आम्ही हळवे होत आलो.. मग ती पाठवणी शिक्षण किंवा नोकरी साठी असली तरी.. सोनाली लग्न होऊन जाणार, परदेशात राहणार म्हणुन आम्ही किती खुश होतो.

तुझी आई फार विचार करायची की, पोर एवढ्या लांब जाणार म्हणुन रडायची.. तिची पाठवणी, तिच्या लग्नाची तयारी आम्ही खूप हौशीने केली.. पण त्याच्या मनात काही वेगळच होते बघा.. आम्हाला स्वप्नात सुध्दा वाटल नव्हत की, आम्ही तिला परत कधीच पाहू शकणार नाही त्यामुळे आता पाठवणी हा शब्द वापरला तरी काटा येतो बघा..

सगळ काही छान चालू होत बघा.. सोनाली खुश होती.. पण जावई.. तिकडेच मोठे झालेले, त्यांच्या राहण्याच्या पद्धती, वागण्याच्या पद्धती वेगळ्या होत्या.. खटके उडू लागले, ती रागात इकडे यायला निघाली.. निघतानाच तिने केलेला शेवटचा फोन.. आणि तिचे ते शेवटचं वाक्य.. बाबा एवढ्या लांब का पाठवणी केलीत माझी.. नंतर कसलासा आवाज.. आणि ती गेल्याची बातमी...

नको त्या आठवणी.. बोलता बोलता सुरेश राव कोसळले..

बाबा पाणी घ्या.. शांत व्हा.. चेतनचे डोळे पाणावले..

आजवर हे सर्व त्याने स्वराली कडून ऐकले होते.. पण बाबांना आज असे पाहून त्याला भरून आले..

लग्नाच्या सहा महिन्यांत त्याचे अन् स्वरालीचे झालेले भांडणं.. तीच घर सोडून येणे.. परत त्यांनी एकत्र यावं म्हणुन आई बाबांनी केलेले प्रयत्न..

आणि आता थोड्यावेळापूर्वी.. जबाबदारीने वागा अस सांगताना कातर झालेला बाबांचा आवाज.. सारे क्षण त्याच्या डोळ्यासमोरून गेले.. अन् पाठवणी ह्या एकाच शब्दात आई- बाबांच्या दडलेल्या अनेक चांगल्या-वाईट आठवणी यांची जाणिव त्याला झाली..

सुरेशराव पाणी पिऊन शांत झाले तरी हुंदका येत होता.. त्यांना अस पाहून स्मिता ताई घाबरल्या.. काय झालं यांना.. स्वरू... सांग..

स्वराली आणि चेतन दोघांनी मिळून त्या दोघांना शांत बसवले.. आणि दोघांनी परत एकदा माफी मागितली..

आई- बाबा आम्हाला माफ करा.. आम्ही त्या वेळेस खरच मूर्खपणा केला.. लग्न म्हणजे काही खेळ नाही.. पण आम्हाला हे आता कळतंय.. तेव्हाच वागणं तुम्हाला किती त्रास दायक झालं ते.. आम्हाला कळलच

नाही, लग्न झाल्यावर सर्व मेड फॉर एच अदर नसतात तर हळू हळु आपण या नात्यात मुरत जातो..

आता आठवलं तरी हसायला येते किती फालतू कारण काढून भांडायचो आम्ही.. त्यामुळे मागच्या वेळेस तूम्ही आम्हाला समजून सांगितलं आणि स्वरूची परत एकदा पाठवणी केलीत.. तरी तूम्ही काळजीत होतात.. तुमची काळजी समजते मला.. चेतन अगदी जीव ओतून बोलत होता, माफी मागत होता.

हो आई, परत अस कधीच वागणार नाही ज्याने तुम्हा दोघांना त्रास होइल.. स्वराली म्हणाली..

स्मिता ताई म्हणाल्या, झालं ते झालं.. चला उद्याच्या कार्यक्रमाची तयारी करूया.. जुन उगाळून त्रास नका करून घेऊ..

उद्या तूझ्या सासूबाई येतील.. घरातलं वातावरण छान ठेवा..

सार काही नीट होइल.. काळजी नसावी, बाबा म्हणाले..

सर्वांच्या मनातला कोपरा बोलून मोकळा झाल्याने सर्वांना हलकं वाटत होते..

पाहुणे आले घर भरले, वातावरण हसत खेळत झालं.. बारसे कार्यक्रम अगदी छान पार पडला.. बाळाचे नाव श्रीशा ठेवले.. आणि परत एकदा लेकीची पाठवणी करण्याची वेळ आली पण ही पाठवणी मात्र हसत खेळत झाली मनावर कोणतेही ओझे नसल्यामुळे दडपण, शंका- कुशंका, कसे होइल अशी कोणतीच काळजी नव्हती.. तरीही घर सून होणार.. बाळाचा दुरावा येणार म्हणुन स्मिता ताईंचे डोळे पाणावले.. अन् मन मात्र हसत गाणे गाऊ लागले...

दाटून कंठ येतो, ओठांत येई गाणे
जा आपुल्या घरी तू, जा लाडके सुखाने
हातात बाळपोथी, ओठांत बाळभाषा
रमलो तुझ्यासवे मी गिरवीत श्रीगणेशा
वळवून अक्षरांना केले तुला शहाणे
जातो सुखावुनि मी या गोड आठवाने
बोलात बोबडीच्या संगीत जागविले
लय ताल सूर लेणे, सहजीच लेवविले
एकेक सूर यावा न्हाऊन अमृताने
अवघ्याच जीवनाचे व्हावे सुरेल गाणे
घेऊ कसा निरोप, तुटतात आत धागे
हा देह दूर जाता मन राहणार मागे
धन आत्मजा दुजाचे ज्याचे तयास देणे
परक्यापरी आता मी येथे फिरुन येणे..

प्रत्येक मुलीच्या आईच्या मनात तिची पाठवणी करताना हेच भाव असतात नाही, मग ती लग्न झाल्यावर असो, शिक्षणा साठी असो, बाळंत पण झाल्यावर असो.. पण आपल्या मुलीच्या पाठवणीचे दुःख आई बाबांना होतेच.

२४

सोशल मीडिया... एक वादळ

इतका वेळ झाला तन्वी अजून कशी आली नाही? एवढा उशीर कधीच होत नाही... सुजाता इकडून तिकडे फेऱ्या मारत होती. तन्वीच्या काळजीने फोन हातात घेऊन सारखा फोन करत होती... फोन पण स्वीच ऑफ येत होता.. ह्या मुली ना सारखेच त्या फोनशी चाळा करत असतात, त्यामुळे जेव्हा हव ना तेव्हा फोन कधीच लागत नाही.. काय उपयोग ह्या फोनचा? जर वेळेला लागत नसेल? ह्यांच्याशी बोलता याव, उशीर होणाऱ असेल तर संपर्क करता यावा म्हणून हा फोन.. पण नाहीच काही उपयोग नाही.. जीवाला घोर लावतात ही मुले, "अरे सनी तुला अजून कोणाचे नंबर माहिती असेल तर लाव की फोन.. काय ते हेडफोन्स लावून गाणी ऐकतोस..." (रागाने हेडफोन्स ओढले तिने) हे आले ना की सांगतें ह्यांना कसे वागता ते ...

"ओह्ह मॉम गप ग... जस्ट चिल.." सनी

सुजाताने डोळे काढले, तसा सनी तिच्या गळयात हात घालून प्रेमाने म्हणाला, "मी बघतो... शांत हो..."

तेवढ्यात तन्वी आली...

"काय ग एवढा उशीर....??" सुजाता

"ओह्ह्ह कम ऑन मॉम... आता आल्या आल्या सुरुवात करू नको..."

तन्वी

"अगं तुला उशीर होणार होता तर कळवायच होत ना... उगाच माझ्या मनात तुझ्या काळजीने विचारांचे वादळ उठत ना...." सुजाता

"आज सान्वीची बर्थडे पार्टी होती, किती मस्त सेलेब्रेट केले त्यांनी.. काय ती पार्टी.. काय डेकोरेशन.... काय सांगू तुला ..." तन्वीचा चेहरा आणि डोळेच जास्त बोलत होते..

सुजाता बघतच बसली... अविनाश काही कामा निमित्ताने बाहेर त्यामुळे ती आणि दोन मुले असली की ती बारीक सारिक गोष्टींची देखील काळजी करायची..

मनात स्वतःलाच म्हणाली, आता शांत हो, आली ना लेक..

दुसऱ्या दिवशी सनी ओरडत ओरडत बाहेर आला

"आई.. आई..."

सुजाता मनात म्हणाली मॉम बोलता बोलता परत आई वर आला म्हणजे काय तरी गंभीर आहे, पडला की काय हा? काय झाले?

धावत धावत त्याच्या खोलीत गेली, त्याने जे दाखवले ते बघून सुजाता तिथेच बसली.. कपाळाला हात लावुन...

कालच्या पार्टीत काही बड्या बापाची वाया गेलेली मुले पण होती.. त्यांनी मुलींचे काही फोटो नकळत काढले की काय? अशी शंका मनात आली कारण त्यात तन्वीचा फोटो पण होता आणि आज सर्व बॉयझ व्हाट्सअप गृप वर तो फोटो फिरत होता.. अगदीच घाणेरडा फोटो नव्हता.. पण छोटे छोटे कपडे आणि त्यामुळे होणारे अंगप्रदर्शन अगदी उठून दिसत होते..

सुजाता म्हणाली, "अरे काल हि आली तेव्हा तर वेगळेच कपडे होते... म्हणजे हे कपडे कसे आले हिच्याकडे..."

रागातच ती तन्वीच्या खोलीत गेली... ह्या मॅडम झोपलेल्या... सुजाताने रागातच अंगावरल अंथरूण ओढत तिला उठवलं... तन्वी आईला असे बघून खूप घाबरली...

सनीने त्याचा मोबाइल दाखवला, सर्व प्रकार तिच्या लक्षात आला, तिने आईला सांगितलं, सान्वीनेच आम्हाला असे ड्रेस दिले घालायला...

खूप घाणेरड्या कंमेंटस येत होत्या, हे सर्व ऐकून सुजाताचे डोक सुन्न झाले... तिला काहीच सुचत नव्हते. आता हा फोटो आणि मेसेज किती जणांना गेलाय काय माहिती? तिला काहीच सुचत नव्हते, तिने सुवर्णाला म्हणजेच तिच्या बहिणीला फोन केला... ती जवळच रहात होती, आणि एका सॉफ्टवेअर कंपनीत कामाला होती...

बहीणीचा रडवेला आवाज ऐकून, सुवर्णा धावतच आली.. सगळा प्रकार बघताच त्याचे गंभीर परिणाम होऊ शकतात हे सुवर्णाला समजले..

पण चिडून, ओरडून काहीच उपयोग नाही, शांतपणे सर्व सांभाळायला हवे... तिने सुजाताला सांगितलं, "हे बघ ताई तुझी काळजी साहजिकच आहे.. पण तू ओरडलीस तर ती खरे काही सांगणार नाही..."

सुवर्णा मावशीला बघितल्यावर तन्वी खूप रडली, कारण सर्वात छोटी मावशी असल्यामुळे मैत्रीचे नाते होते. "मावशी प्लीज विश्वास ठेव फक्त फोटो काढले ग मी हौस म्हणून, पार्टी मध्ये ते कपडे घालून अनइझि वाटत होते म्हणून बाकी मुले यायच्या आधीच आम्ही चेंज केले आणि लगेच निघून आले, आणि ते फोटो मी कुठेच शेअर केले नाहीत.. आपण नेहमीं पिक्चरमध्ये बघतो ना असे ड्रेस होते म्हणून फोटो काढले ग... मला नाही माहित हे असे कोणी केले..."

सुवर्णा तिला म्हणाली, "तनु तू खूप लहान आहेस बाळा अजून, आता जमाना बदलत आहे. त्यामुळे तुम्हाला एवढ्या लवकर हे फोन मिळतात,

आणि या सोशल मीडिया नावाच्या समुद्रात तुम्ही उडी घेता.. पण हा समुद्र खूप मोठा आहे बाळा... एखाद वादळ आले ना तर त्यातून बाहेर पडण्याचा रस्ता आपल्याला माहिती आहे का? आपण तेवढे सक्षम आहोत का? हा विचार सुद्धा तुम्ही मुले करत नाही...

तन्वी, मला सांग तुमचे व्हाट्सअप स्टेटस, डीपी, फेसबुक अपडेट, इन्स्टाग्राम सगळीकडेच फोटोची चलती असते, ते फोटो आपण पोस्ट करताना ते कोणाला दिसू शकतात सांग मला, तुमचे फ्रेंड्स जे लिस्ट मध्ये आहेत किंवा कॉन्टॅक्ट मध्ये जे आहेत त्यांना बरोबर की नाही? तुमच्याच गोष्टी तुम्ही पब्लिक केल्यावर पर्सनल कसे राहीलं? सांग मला.. स्क्रीनशॉट काढला की, फोटो कोणीही घेऊ शकतो बरोबर कि नाही, म्हणूनच खूप विचार करावा प्रत्येक गोष्टीचा...

फायदा आहे तिथे तोटा हा असतोच... त्यामुळे काहीही माहिती नसताना किंवा अर्धवट माहिती असताना या समुद्रात उड्या मारू नका.. पण, तुम्हाला आमचे बोलणे पटत नाही.. असो माझे दीर सध्या सायबर क्राईम डिपार्टमेंटला आहेत, त्यांना सांगतें मी..."

तेवढ्यात सान्वीचा फोन आला, ती पण रडत होती कारण तिनेच ते फोटो व्हाट्सअप स्टेटसला ठेवले होते, आणि तिच्या काही फोटोंचे अश्लील एडिटींग करून ते फोटो फॉरवर्ड झाले होते....

सुवर्णाने आणि तिच्या दिरांनी मिळून या प्रकरणाचा छडा लावला तर आरोपी हा सान्वीचा जुना ड्राइवर होता, त्याचा नंबर सान्वीने सेव केला होता तो डिलीट करायचा विसरून गेली आणि तिच्या बाबांनी त्याला कामावरून काढले म्हणून त्यांनी तो राग असा बाहेर काढला...

थोडक्यात सर्व काही निभावले आणि वेळीच लक्षात आल्यामुळे धोका टळून गेला होता... पण या सर्व मुलींना तसेच मुलाना सुद्धा आपण

काही माहिती दिली पाहिजे.. म्हणून तिने तन्वीला आणि तिच्या काही मैत्रीणींना छोटीशी पार्टी द्यायच्या निमित्ताने एकत्र बोलावले. मावशी आता सगळयांचीच मावशी कमी आणि मैत्रिण जास्त झाली होती... तिने खूप उदाहरण देऊन सर्वाना या सोशल मिडीयामुळे एखाद वादळ येऊन आयुष्य कसे उद्ध्वस्त होते याची कल्पना दिली. मग् ऑनलाईन बँकिंग असो नाहीतर तुमचे सोशल अपडेटस असो... त्याचा जेवढा फायदा आहे तेवढा तोटा आहे.. तुमचे प्रकरण सुद्धा वेळीच लक्षात आले नसते तर त्याचे परिणाम किती भयंकर झाले असते आणि हे सर्व मी तुमची मैत्रिण म्हणून सांगतें...

आज तेच मी तुम्हाला सर्वांना सांगणार आहे, आई- वडीलांचे न ऐकणाऱ्या मुली आज मावशीचे मात्र सर्व ऐकत होत्या.. कारण त्यांनी नुकतेच सोशल मिडीया नावाच्या वादळाचा तडका थोडा फार का होईना अनुभवला होता... तुमच्या आवडत्या गोष्टी व्हाट्सअप आणि फेसबुक डीपी व त्याचे स्टेटस ह्याबद्दल सांगणार आहे...

वॉट्सअँप च्या दुनियेतील ओळख प्रत्येकीचा डीपी असतो. त्या वरून आपण पटकन ओळखतो अरे ही तर आपल्या ओळखीची आहे, नंबर जरी सेव नसला तरी आणि डीपी वरून कोणाला ओळखले तर फार आनंद होतो. अरे आपण तर ओळखतो हिला.

मनाचा आरसा असतो डीपी, खूप छान छान असतात डीपी. पाहुन लगेच मस्त आहे ग डीपी तुझा असे म्हणत असतो.. डीपी म्हणजे डायरेक्ट पर्सन

व्यक्ती दिसते न ती, डीपी पाहताना फार भारी वाटते, प्रत्येकीचे वेगळे असते, कधी चेहऱ्यावरील भाव सांगून जातो डीपी कधी मनातला अंतरंग दाखवतो डीपी, कधी निसर्ग, कधी देवाचे दर्शन घडते डीपी मुळे, कधी कलेचे सौन्दर्य टिपतो डीपी.

दोन अक्षरांचा हा शब्द पण किती छान आहे नाही??

आजच्या आधुनिक युगात व्हाट्सअप आणि फेसबुक आपल्या स्मार्ट फोन मध्ये असतातच. त्याच्याशी आपण इतके एकरूप झालो आहोत की आपल्या फोन मधील कुठलीही बाब असो, आपले स्टेटस किंवा आपली पक्की ओळख सांगणारा डीपी म्हणा आपल्या हसऱ्या मनाला फुलपाखरू बनविणारा आपला प्रोफाईल फोटो आपल्या व्यक्तिमत्वाचा जणू आरसा असतो. यावरून आपली आवड आणि आपली मनातील सर्व विचार आणि आचार या डीपी वरून दर्शवित असतात, जिला खुप सजण्याची आवड आहे तिचे फोटो भरपूर दागिने घालून असतो तर अगदी माडर्न विचार असतील तर तसे डीपी असतात. राजकारण व्यक्तीचा तसा सुंदर आणि सोज्वळ असा फोटो असतो. एकंदरीत काय तर मैत्रिणींनो हा डीपी आपल्या अगदी जवळचा आपल्याला आनंद आणि भरपूर लाईक मिळवून देणारा आहे. तो आपली स्वतःची ओळख दर्शविणारा असतो.... पण मैत्रिणींनो यावरून आपली ओळख तर होतेच पण त्याचा एक तोटाही असतो तो म्हणजे कधी कधी आपला फोन हायजॅक होऊन आपल्या व्यक्तिमत्वाला काळिमा लागू शकतो. म्हणून आपण ती ही खबरदारी घेतली पाहिजे आपल्या फोनमध्ये आपल्या सुरक्षेसाठी काही सेटिंग असतात त्या समजून घ्यायला हवे..

फोटो म्हटले की आपले प्रतिबिंब... मग ते कसे असावे? यासाठी आपण प्रत्येकाने विचार करणे गरजेचे आहे. कारण इंग्रजीत म्हण आहे की **First impression is a last impression.** मग आपले प्रथमदर्शनी चांगले चित्र दिसले पाहिजे. आता आपल्या विषयात हेच विचारले की तुमचा फोटो कसा असावा? आताचे युग हे मोबाईल, व्हॅंटस्अॅंपमुळे खूपच क्रियाशील झाले आहे. आपण आपले ओळखू यावेत म्हणून फोटो ठेवतो. मग हा फोटो ठेवताना कोणी स्वतःचा,कोणी निसर्गाचा, पाना फुलांचा, कोणी देवाचा, कोणी एखादा सुविचार असलेला, असे अनेक फोटो आपल्याकडून ठेवले जातात. हे ठेवण्यामागचा प्रत्येकाचा दृष्टिकोन हा वेगवेगळा असतो. आणि या

प्रोफाइल फोटोमुळे आपली एक ओळख जगासमोर येते. कारण प्रोफाइलचा अर्थच मुळी ओळख असा आहे. मग या फोटोमुळे आपली ओळख लक्षात येते. त्यानुसार व्यक्तीचे व्यक्तिमत्त्व लक्षात येते. मला असे वाटते की आपण स्वतःला आरशात बघून नीटनेटके ठेवतो, असे का करतो? तर आपण चांगले दिसावे, पाहणाऱ्यांनी चांगलं म्हणावं हा साधा सरळ अर्थ त्यामागे असतो. ओंगळवाणा फोटो कधीच आपण डीपीला ठेवत नाही. कारण ओंगळवाणा या शब्दाचा अर्थच मुळी घाणेरडे... मग मला सांगा आपण असे फोटो ठेवू का? नाही ना....!! फोटो आपला ठेवताना बरेचजण विचार करतात की आपला चेहरा हा फोटोजनिक असावा, म्हणून आपण अगदी साध्या पद्धतीने आवरण्याचा विचार करतो. कारण साधी राहणी आणि उच्च विचारसरणी. असा देखील काहींचा विचार असतो. थोडक्यात काय तर त्या व्यक्तीचा स्वभाव,आचारविचार फोटोवरून लक्षात येतो, काहीजण पानाफुलांचे चित्र डीपीला ठेवतात. त्यावरून त्यांची आवड लक्षात येते, स्वभावाची थोडक्यात ओळख होते. इतर फोटो ठेवण्यापेक्षा पानाफुलांचे फोटो ठेवले की आपल्यालाही शांत वाटते, मन प्रसन्न राहते, एक टवटवीतपणा येतो. निसर्गाची विविध रुपे अनुभवता येतात. काही जण देवाधिकांचे फोटो ठेवतात, म्हणजे मोबाईल हातात घेतला तर पहिल्यांदा ईश्वराचे दर्शन होते, त्यामुळे आपला दिवस हा चांगला जाईल. कारण आपल्यापेक्षा आपल्याला निर्माण करणारा हा विधाता इतका सुंदर आहे... म्हणून या विधात्याचे फोटो लावणे पसंत करतात. काहीजण सुविचार डीपीला ठेवून आपली विचारांची पातळी दाखवून देतात, पण दुसरे सांगायचे असे की या व्हाटस्अँपमुळे एकमेकांचे विचार, चित्र आपण एकमेकांना पाठवत असतो. डीपीबरोबरच आपण आता स्टेटसला सुद्धा छान छान फोटो ठेवतो. रोज ते बदलत असतो. ते इतरांनी पाहिले की मग आपली वाहवा होते, त्यावर आपण आपली मते मांडतो.. 👌👌👍👍 अशा चिन्हाने शिक्कामोर्तब करतो. पण अंतरंगात डोकावून कोणीच पाहत नाही की मी कशी आहे? किंवा कसा आहे? कधीकधी आपण

स्वतः त्या विचारांप्रमाणे वागतो का? तर कदाचित उत्तर हो किंवा नाही यामधील असेल.

मला या विषयाला अनुसरुन एवढेच सांगायचे की मोबाईल, व्हाटस्अँप हे माध्यम खूप उपयोगी आहे, त्यामुळे आपल्याला भरपूर शिकायला मिळाले आणि मिळते आहे, त्यामुळे त्याचा वापर हा उपयुक्तच असावा. कारण त्याच्यावर ठेवणारा फोटो एका सेकंदात सगळीकडे पोहचतो, त्यामुळे तो सोबर असावा. आपल्याला शोभणारा असावा, आपली ओळख कायमची जपणारा असावा.आणि ओळख वाढवणारा असावा.

काही जण आपल्या व्यवसायाचे अपडेटस डीपीवर ठेवतात, त्यामुळे सातासमुद्रापार अगदी उंच भरारी घेऊ शकतात.. त्यानुसार त्यांचा व्यवसाय, नोकरी, परस्परांमधील संबंध अबाधित ठेवतात. आणि तुमची आजकालची तरुण पिढी तर अगदी तासातासाला डीपी बदलत राहतात. परंतु हे सर्व करताना सामाजिक सुरक्षेचे भान प्रत्येकाने बाळगणे गरजेचे आहे, तुम्हाला सुद्धा पटतय ना आता??

मी तुम्हाला हे सर्व करू नका असे मुळीच सांगणार नाही.. हल्ली तुमची पिढी हे करते त्यामुळे तुम्हाला पण असे करावं वाटणार स्वाभाविक आहे. कारण **हल्लीचे प्रगत तंत्रज्ञान यामुळे 'इंटरनेट' सारखे एक चांगले माध्यम आपल्याला मिळाले आहे, अन् या माध्यमामुळे चांगल्या-वाईट या दोन्ही गोष्टींचा खजिना अगदी सहज उपलब्ध आहे, पण त्याच बरोबर तंत्रज्ञानाच्या या मायावी जाळ्यात अडकून आपले नुकसान होऊ नये म्हणून प्रत्येक व्यक्तीने 'सायबर सुरक्षा' व्यवस्थित समजून घ्यायला हवी..."**

सर्व मुलींना मावशीचे म्हणणे पटले, आणि या समुद्रात वावरताना कोणत्याही वादळामुळे आमचे आयुष्य उद्ध्वस्त होणार नाही याची आम्ही या पुढे काळजी घेऊ असे प्रॉमिस सुद्धा केले... मावशीने सुद्धा मुलींना हाय-

फाय देत सेल्फी काढले, आणि आपण आपला ग्रुप करून तिथे आपले हे फोटो शेअर करूयात चालेलं ना मुलींनो... !! सर्वांनी होकार दिला आणि सेलिब्रेट केले...

२५

अनोखी वटपौर्णिमा

'उद्या वटपौर्णिमा आहे ताई, मी कामाला येणार नाही,' असे बोलून मंजू गेली, तिच्या पाठमोऱ्या सावलीकडे सानिका बघतच बसली. काही दिवसांपूर्वी दारू पिऊन नवऱ्याने मारहाण केली म्हणून सानिकाच्या घरी मंजू रडत रडत आली होती. आणि आज तोच नवरा सात जन्म मिळावा म्हणून हि मंजू वटपौर्णिमा करणार होती. सानिकाला काय बोलाव काही कळलंच नाही. तिने हसुन तिला म्हटलं 'खरच हवाय का ग तुला हा असला नवरा?' मंजू म्हणाली, 'ताई पूर्वापार चालत आलंय ते करायच बघा.. उद्या ह्या सोसायटीत बघाल तुम्ही पूजेला म्हणून बायका जमतात तेव्हा कशा बोलतात? त्या बर्व्यांच तर बाहेर आहे, घरात पर महिती आहे वहिनीला.. पण चर्चा नको म्हणून करते ती पूजाउपास-बिपास काय करत नाय.. ती तिकड राहते ना तिचा नवरा तर तिला कोंडून ठेवतो, रुपाने देखणी म्हणून! त्यापेक्षा माझा कईक बरा.. चला जाते मी..'

सानिका नवीनच राहायला आली होती सोसायटी मध्ये त्यामुळे तिची फार कमी ओळख होती.. तेवढ्यात बेल वाजली शेजारच्या धारप वहिनी आल्या होत्या. सानिकांनी त्यांना आत बोलावले, आणि गप्पा सुरू झाल्या. बोलता बोलता वहिनींनी उद्याचा विषय काढला. अमोल तिथेच बसला होता, सानिकाला काय बोलाव काहीच कळत नव्हते, तरी चेहऱ्यावरचा भाव

कायम ठेवून ती वहिनींच बोलणे ऐकत होती.

वहिनी म्हणाल्या, ‘आपल्या सोसायटीमध्ये आपण सर्व जण मिळून साजरी करतो वटपौर्णिमा.. सर्व तयारी पूजा सांगायला भटजी येतात ते आणतात, त्यामुळे त्यांच्या दक्षिणेसहीत प्रत्येकी ५० रू जमा करायचे असतात, तुम्ही पण करता ना पूजा.. सानिकाला काय बोलाव काहीच कळत नव्हते, तिने त्यांना ५०रू दिले. वहिनी लगेच म्हणाल्या, छान वाटलं बघा, मला वाटलं होते एवढ्या शिकलेल्या तुम्ही.. तुम्हाला पटत नसेल हे सर्व.. चला येते मी.. उद्यां ग्रीन कलरची थिम आहे, नक्की या साडी नेसून.. असे म्हणत त्या निघून गेल्या.’

सानिका मात्र गप्प झाली होती, काहीच न बोलता ती आतल्या खोलीत गेली. अमोलला ते जाणवले, खर तर त्यांच्या लग्नानंतरची ही पहिली वटपौर्णिमा होती. सानिका, मला समजतय तुझे मन, आपण दोघेही ह्या अनुभवातून गेलोय, ह्यात किती खर आणि किती खोट मला कळत नाही. परंपरा म्हणून तू करावस असा हट्ट मी अजिबात करणार नाही. तुझ्या मनाला जे पटेल तेच तू कर, समाजाची भीती बाळगून काही करू नकोस..

सानिकाला अमोलच बोलणं ऐकून खूप हलक वाटलं, तिच्या मनाची घालमेल त्याला न बोलता समजली होती. खरच हेच तर प्रेम असत ना.. पण मनाने अजूनही ती परागची होती. सानिका- अमोल दोघांचेही हे दुसरे लग्न होते.

सानिका आणि पराग यांचा प्रेम विवाह. त्याच्या प्रेमात पडल्यापासून परागसाठी ती हा उपवास करायची, लग्न झाले तेव्हा महिन्यातच आलेली पहिली वटपौर्णिमा. किती छान नटून-थटून पूजा केली तिने. परागच्या प्रेमाचा रंग चढल्यामुळे अजूनच खुलून दिसत होती. पराग तर तिचं तें सौंदर्य बघून खूपच मूड मध्ये आला होता. तो नको म्हणतं असताना तिने त्याला ऑफिसला पाठवले, आधीच खूप सुट्ट्या झाल्या होत्या त्यात भर नको

एवढंच तिचं म्हणण होते. घाईघाईत जाताना हेल्मेट न्यायला विसरला. आणि त्याच दिवशी झालेल्या मुसळधार पावसामुळे त्याची गाडी स्लीप झाली आणि तिथेच सर्व संपले.. एक महिन्याचा संसार आणि ५ वर्षांचे प्रेम सगळं काही तो क्षण उद्ध्वस्त करून गेला.

सासरचे सर्व जुन्या विचारांचे, तिला पांढऱ्या पायाची म्हणून घराबाहेर काढले. पूर्ण खचून गेली होती ती.. दुसऱ्या लग्नाला तयार नव्हती.. आई काळजी करायची, पोरी अवघ २६ वय तुझं अख्खं आयुष्य काढायच आहे, एकटी कशी काढशील? ४ वर्ष एकटीने काढल्यावर अमोलचे स्थळ मामाने आणले. त्याचा पण प्रेम विवाह! पण प्रेम आंधळ ठरलं होत त्याच. बड्या बापाची पोर, नाकापेक्षा मोती जड. घरजावई व्हायला नकार दिल्यावर तिने त्याला घटस्फोट दिला.

सानिकाला आईनं गळ घातली, बाबा गेल्यावर तुझ्यासाठी जगले, सगळयांच्या विरोधात जाऊन तुझे आणि परागचे लग्न मान्य केले आता माझी हि शेवटची इच्छा समजून लग्नाला तयार हो.. सानिका तयार झाली. तिचं पूर्वायुष्य तिने अमोलला सांगितलं त्यावर अमोलने सुद्धा तुला पाहिजे तितका वेळ घे, काही घाई नाही असं सांगितलं.. समजून घेणारा नवरा मिळाला.

लवकरच मुहूर्त काढला, रजिस्टर पद्धतीने लग्न झाले. अमोलचे आई-बाबा गावाला राहायचे, इकडे शहरात हे दोघे. त्याचं नातं आताच कुठ फुलायला लागले होते आणि त्यात वटपौर्णिमा आली. सानिकाला अमोल आवडत होता, त्याच्यावर प्रेम देखील करू लागली होती ती. पण हि पूजा वगैरे करणे आता तिला पटत नव्हते. आणि अमोलने तिच्या मनाची घालमेल बरोबर ओळखली होती, म्हणून तिला आनंद देखील झाला होता.

वटपौर्णिमेचा दिवस आला, सकाळी सकाळी तिला अमोलने सांगितलं आपल्याला बाहेर जायचय. मुद्दामच जेणेकरून ह्या बायकांसमोर तिला मनाविरूद्ध पूजा करायला लागू नये. तयार हो पटकन.. अमोल म्हणाला.

सासूबाईंनी पाठवलेली साडी तिने घातली, खूप सुंदर दिसत होती. बायकांनी तिला घोळका करून धरायच्या आत अमोलने सांगितलं, ह्या वर्षी आम्ही वटपौर्णिमा बाहेर साजरी करणार आहोत. सगळ्या बायकांना अमोलचे कौतुक वाटले.

अमोल तिला घेऊन त्याच्या मित्राचा दवाखाना होता तिथे आला. दवाखान्याच्या बाहेर ते वडाचे झाडं लावायचे आणि वटपौर्णिमा साजरी करायचे. गरजू महिला ज्यांना नवरा नाही, घर नाही अशा महिलांना मदत करायचे.

दुसऱ्या दिवशी परत एकत्र येऊन लोकांनी पूजा झाल्यावर इकडे तिकडे टाकून दिलेल्या फांद्या गोळा करून आजूबाजूचा परिसर साफ़ करायचे. अशी आगळी-वेगळी अनोखी वटपौर्णिमा बघून सानिकाला तिच्या जुन्या कटू आठवणींचा विसर पडला.

अमोलच्या मित्रांच्या बायका गरीब वस्तीत जाऊन व्यसन मुक्त होण्यासाठी मार्गदर्शन करायच्या. तर महीलांना सॅनिटरी पॅड यांच वाटप करायच्या. सानिकाला हे सगळे खूप आवडले. वटपौर्णिमेला वाण म्हणून या बायकांना उपयोगी वस्तू, सॅनिटरी पॅड द्यायच्या. तर एखादे अनाथालय, दवाखाना, वृद्धाश्रम यांच्या आजूबाजूला वडाचे झाड लावून वटपौर्णिमा साजरी करायच्या.

आज वटपौर्णिमेच्या निमित्ताने पूजा करून सात जन्मासाठी सानिका आणि अमोल यांची गाठ बांधली गेली नसली तरी आहे हा जन्म सुंदर बनवण्यासाठी अमोलने उचललेले हे पाऊल मात्र त्यांच्या नात्याचा पाया भक्कम बनवून गेला हे मात्र नक्की...

२६

चुकीची कबूली...

"सतरा साते किती?" सांग पटकन, असे ओरडत विजयने सान्वी वर हात उचलला.. वीणा मध्ये पडली, अहो काय करताय.. आता लहान आहे का ती..

लहान नाही म्हणूनच ओरडतोय, अजून पाढे पाठ नाहीत तिचे.. आता स्कॉलरशिपला बसले, आमच्या ऑफिस मधील कूलकर्णीने त्याच्या मुलीला स्कॉलरशिप मिळाली म्हणून पेढे वाटले. लोकांना सांगताना लाज वाटणार नाही एवढे मार्क्स तरी मिळवा, पण इथे नुसता उजेड आहे. विजय खूप रागाने बोलत होता..

सान्वी खूप घाबरली, तिने त्या गोष्टीच दडपण घेतले. तिचे अभ्यासात लक्ष लागत नव्हते एवढी भीती वाटूत होती तिला..

तिचे हात कापत होते, भीती मुळे ती स्कॉलरशिपचे पेपर सोडवू शकली नाही.. परीक्षा संपली, आई बाहेरच होती तिच्या सोबत घरी आली.. बाबा काय बोलतील? ह्या भीतीने तिला झोपच लागत नव्हती. सान्वी एकदमच शांत झाली होती.. कोणाशीच काही बोलत नाही आपल्याच विश्वात असायची. वीणाने विजयच्या कानावर घातले, पण तापट स्वभावाच्या विजयने वीणालाच बोल सुनावले, तुझ्या या लाडापायीच बिघडले ती...

स्कॉलरशिपचा निकाल जवळ आला आणि अजूनच घाबरून गेली ती. सान्वीला स्कॉलरशिप तर मिळाली नाही, त्यात ती पेपरच लिहू शकली नव्हती तर पास तरी कशी होणार.. आता बाबा ओरडतील, या भीतीने कोणालाही न सांगता निघून गेली, घरी आलीच नाही. उशीर झाला म्हणून वीणा-विजय काळजी करत होते.. विजयने तर विणावर तोंडसूख घेतले. सर्व मित्र-मैत्रिणींना फोन करून झाले... कोणालाच काही माहिती नव्हते, त्यांना खूप काळजी वाटूत होती. नको-नको ते विचार मनात येत होते. वीणा मनातून खूप घाबरली होती, तरी तसे न दाखवता शांतपणे विचार करत होती.

विणाने विजयला सांगितले, ती आत्तुला नेहमीं सांगतें सर्व... थांबा मी फोन करते वैशूताईंना, असे म्हणत वीणाने वैशूला फोन केला... ह्यावेळेस मात्र वैशूला पण काहीच माहित नव्हते.. वैशूने त्या दोघांनाही धीर दिला.. खरंतर तिलाही काही सुचत नव्हते तरी मी बघते, असे म्हणून फोन ठेवला...

वैशूने स्वतःला सावरले, ती बाहेर पडली शोधायला... कुठून सुरुवात करायची असा विचार करत असतानाच वैशूला तिच्या बालमैत्रीणीचा म्हणजेच स्वातीचा फोन आला. तिने सान्वीला ट्रेन मध्ये बसलेली बघितली आणि फोन केला..

वैशू, सॉरी मी तुला जरा स्पष्टच विचारते, पण तुझ्या दादाची मुलगी सान्वी आता मी ज्या ट्रेन मध्ये आहे तिथे आहे.. नक्की तीच आहे की.. तिचे हे वाक्य ऐकताच वैशू जोरात ओरडली.. काय? अग काय बोलतेस? मला सांग कुठे आहेस? मी आता येते.. तू तिला सांभाळ प्लीज, मला सांग मी लगेच येते..

वैशू तू शांत हो, मी आहे.. आमची ट्रेन आता इथे काही वेळ थांबत आहे.

अगं पण मला तिथे यायला २ तास तरी हवेत.. वैशू काळजीने म्हणाली.

स्वाती म्हणाली, काळजी करू नको. आम्ही ही ट्रेन सोडतो, पुढच्या ट्रेन साठी त्यांना आमचे रीझर्व्हेशन अड्जस्ट करायला सांगतो. तू ये सावकाश मी आहे.

वैशूने तिच्या नवऱ्याला संदीपला सोबत घेतले, दादा- वहिनीला फक्त सान्वी सुखरूप आहे, मी थोड्या वेळात तिला घेऊन येते असे सांगून तिने फोन कट केला.

विजय मात्र आपल्या बहिणीवर पण संशय घेत होता, सगळे मिळून आहेत मला माहिती आहे, काय बोलायचं? पोरीची जात.. नको तेवढी लाडावून ठेवले तुम्ही.. असे म्हणत तो वीणाला परत बोल सुनावयला लागला..

तिथे शांत बसलेल्या त्याच्या आईने मालती ताईंनी त्याच्यावरच आवाज चढवून बोलायला सुरुवात केली... 'विजय बसं.. किती बोलशीला.. प्रसंग काय हाया.. ती बिचारी लेकीच्या काळजीने आधीच चोळी-मौळी झाले त्यात अजून किती आगतांडव करशीला..'

"चार बुका शिकला म्हणून शाना झाला काय रं तू"

आपल्या आईने असे बोलल्यावर मात्र विजय शांत झाला. तिथून निघून गेला. वीणा सासूबाईंच्या मांडीवर डोक ठेवून रडू लागली, 'आई, सानूने काही बर वाईट तर.. विष -बिष घेण्याचा प्रयत्न तर केला नसेल ना... वैशू ताई काहीच बोलल्या नाहीत..'

'ए पोरी गप्प बसं.. अस अभद्र बोलू नको.. अगं कसल ईष नी कसलं काय? हि **माणसाची जातच सगळ्यात ईषारी हाय बघ, स्वत:ला जे हवं ते मिळाल नाय ना कि ते ईष त्या माणसाला डिवचून डिवचून पाजतोच.. माझ्या ईठ्ठलाला साकड घातलय म्या... माझी पोर सुखाने येऊ दे."**

इकडे त्या ठिकाणी पोहचेपर्यंत वैशू खूप काळजीत होती. संदीप तिला धीर देत होता. मनात अनेक चांगल्या वाईट विचारांचे वादळ उठले होते.. 2 तासाचे अंतर सुद्धा तिला युगायुगांसारखे वाटत होते.. हो नाही करत ती पोहचली.. तिला सान्वी स्टेशनवर बसलेली दिसली, बाजूला स्वाती होती..

वैशूला बघताच आत्तू म्हणून तिने मिठीच मारली, खूप रडली.. जणू काही किती तरी दिवसांपासून मनात साचलेले आभाळच डोळ्यांमधून रिते होत होते.

वैशूने तिच्या डोक्यावरून मायेने हात फिरवला.. संदीपने तिला तिच्या आवडीची कॅडबरी दिली.

स्वातीने वैशूला बाजूला घेऊन सांगितलं की 'ट्रेन सुरू झाली आणि सान्वी ट्रेन मधून उडी टाकायचा विचार करत दारापाशी आली, तेवढ्यात ट्रेन मधील काही लोकांच लक्ष गेले गोंधळ झाला म्हणून मी पुढे येऊन बघितलं तर काय सानू... मी आधी नीट ओळखल नाही ग.. मग् तिच्याशी जरा बोलले आणि तुला फोन केला.' वैशूला हे ऐकून धक्काच बसला तिने स्वातीचा हात हातात घेऊन भरल्या डोळ्याने तिचे आभार मानले. तू देवा सारखी धावून आलीस ग नाहीतर काय झालं असत? विचारच करावत नाही ग...

'वैशू सावर आता.. पण असे काय झालं ग कि, तिने हा विचार केला. मला विजूदादाचा स्वभाव माहिती आहे म्हणून तुला हक्काने विचारलं.. परत अशी वेळ नको येऊन देऊ बाई.. तू बोल दादाशी.. हल्लीची पिढी वेगळी आहे ग बाई, पूर्वीसारख आता नाही राहीलं ग..' स्वाती म्हणाली.

वैशूने तिचे परत आभार मानले, लगेच सानूला घेऊन घरी जायला निघाली.. बाबा काय बोलतील? या विचाराने सान्वी कापत होती. संदीपकाका मला नाही जायच घरी, भीतीने थरथरत सानू म्हणाली. वैशूने तिचा हात हातांत घेऊन धीर दिला. सानू झोप बर माझ्या मांडीवर डोक

ठेवून.. कसलाच विचार करू नको आता.. मी आहे ना..

घरी येताच सान्वी आत्तूच्या मागेच उभी राहिली.. आजीने आधीच ताकद केल्यामुळे विजय गप्प होता.. आजीनं दारातच तिच्यावरून भाकरतुकडा ओवाळून टाकला.. तिच्या चेहेऱ्यावरून हात फिरवला आणि बोटं मोडली. तिथे उभ्या असलेल्या शेजारच्या दामुकाकांना नारळ काढायला लावला. लोटी काढून घरात घेतले.

आजीनं सानुला आज भरवलं, सानू घाबरून खूप रडत होती. आजी हलक्या हाताने तिला थोपटत होती. सानु झोपलेली बघताच वैशू खूप ओरडली विजयला.. बदल तुझा स्वभाव आता.. बस झालं..

अरे दादा आज स्वाती देवा सारखी धावून आली नसती ना तर आपली सानू... असे म्हणत रडत रडत तिने सर्व हकीकत सांगितली.. सर्वांनाच धक्का बसला. वीणा खूप रडू लागली. आजीनं सर्वांनाच शांत केले. जे झालंय तें जाऊ द्या.. पुढचा विचार करा आता.. माझ्या अडाणीच ऐका.. तिला कोणी बी काही बोलायचं नाय आता.. थोडे दिस जाउदे मग् बघू..

खर आहे आई तुझे असे म्हणत वैशूने विजयला थोडे शांतपणे समजून सांगितलं, अरे दादा अमीर खानचा तारे जमीं पर हा पिक्चर बघितला होता मी, त्यातला एक डायलॉग नेहमीं लक्षात ठेव, "अपनी ॲम्बीशन्स का वजन अपने बच्चोंके नाजूक कंधोपर डालना... It's worse than child labour.."

आपण पाठ केलेले पाढे आपल्या आता लक्षात आहेत का सांग मला? प्रत्येक मूल वेगळे असते त्यामुळे त्याची आवड निवड बघून आपण त्याला प्रोत्साहन दिले पाहिजे.. तू मला सतराचा पाढा म्हणून दाखव.. आठवतोय का? विजय मानेनेच नाही म्हणाला, मग् त्यावेळी तिला किती मारलेस तू.. भीती मुळे येतं होते ते पण सर्व विसरली, पेपरच लिहिला नाही तिने तर पास

कशी होईल? आणि मग् परत आता तू ओरडशील म्हणून हे पाऊल उचलल तिने.. असो जाऊदे झालं तें झालं यापुढे आपण काळजी घेऊ...

विजयला आपली चूक कळाली, त्याने सान्वीला जवळ घेतले. अन आपली चूक कबूल देखील केली.... तो म्हणाला खरच मी विसरूनच गेलो होतो की प्रत्येक मूल वेगळे असते आणि

"लहान मुले ही तर देवाघरची फुले असतात".

वाचकहो कथा पूर्ण काल्पनिक आहे, पण आपल्या आजूबाजूला नक्कीच अशा घटना घडतात.. आताची शिक्षणपद्धती खूप स्पर्धात्मक झाली आहे. पण या स्पर्धेच्या युगात धावताना आपण आपल्या मुलांना जिंकवताना किंवा एक पालक म्हणून यशस्वी होताना आपल्या मुलांचे किंवा आपले नाते हरवणार तर नाही ना याचा विचार करायला हवा.

पुनर्विवाह..... माणसातला देव

विठ्ठलाचे कट्टर भक्त असलेल्या महिपतरावांना खूप वाईट वाटत होते, एवढ्या वर्षात न चुकलेली वारी मागच्यावर्षी प्रमाणे यंदाही चुकणार याची खंत व्यक्त करत ते पांडुरंगाची पूजा करत होते.

मालीनी ताईंनी मात्र तोंड वाकडे करत बडबड करायला सुरुवात केली, 'तुमच्या त्या पांडुरंगाला म्हण आम्ही काय वाकड केल होते तुझं की माझ्या लेकीच्या नशीबी ह्यो भोग लावलान तुमच्या त्या विठ्ठलानी..

समद्या जगावर जो घात झालाय त्यातून अजून समदे जग सावरतय अन् तुम्हाला काळजी पडलीय वारीची.. लेकीकड बघा आधी.. ४ वर्षाच लेकरू हाय तिच्या गळयात.. ह्या आषाढीला जावई बापूंना जाऊन एक वर्ष होईल.. आपल्या पोरीचा विचार आपण नाही करणार तर कोण? सासरचे सर्व चांगले आहेत, सासूबाई काय सासू आईच झाले तिची तरी पण एकदा तिची समजूत घाला, उभ आयुष्य पडलय.. कशी काढेल ती एकटीने..'

'अगं तो आहे ना.. तो बघतोय सगळे' असे म्हणत महीपतरावांनी पांडुरंगाला हात जोडले..

'माझा नाही विश्वास त्याच्यावर...' मालीनी ताई..

'काय बोलतेस अग.. पांडुरंगा तूच सुबुद्धी दे हिला..' महिपतराव..

‘तो काय सुबुद्धी देणार? आयुष्य भर तुम्ही विठ्ठल विठ्ठल केलेत.. काय दिले त्यांनी? आषाढी एकादशीलाच माझी पोर विधवा झाली.. कोरोनाने आपल्या जावयांना..’ असे म्हणत पदरात तोंड खूपसून रडू लागल्या..

तेव्हा कुठे गेला होता तुमचा पांडुरंग...

‘अगं नशिबाचा खेळ हा सारा.. पण आपल्या माधुरीच्या सासरची माणसे किती देव माणसे आहेत. हा पांडुरंग माणसांच्या रुपान देव बनून किती वेळा आला आपल्या नशिबात सांग बरं.. आता पण काहीतरी त्याच्या मनात असेलच.. त्याला त्याच्या लेकराची काळजी असतेच ग.. तो आपल्याला योग्य मार्ग नक्कीच दाखवेल.’

तेवढ्यात फोन येतो, माधुरीच्या सासूबाई बोलत असतात.. ‘आता एक वर्ष होईल, माधुरीला दुसर लग्न करायचं असेल तर आमची काही हरकत नाही, अहो अवघ २९ वय तिचं.. तिने आमच्यासाठी अड़कुन रहाव असे आम्हाला अजिबात वाटूत नाही.’मालिनीताई म्हणाल्या, ‘अहो विहीणबाई मी पण आता तेच बोलले बघा ह्यांना.. आम्ही उद्या येतोय आल्यावर ह्या विषयावर बोलू..’

‘बघितलस माझ्या पांडुरंगाला नाव ठेवत होतीस ना.. तोच मार्ग काढणार यातून..’ महिपतराव

‘काढू द्या मार्ग, मग् ठेवीन मी विश्वास तोवर माझा राग काय जायचा नाय..’ मालीनी ताई

‘चला मला तयारी करायची आहे, तुमच्या विठोबा वानी कमरेवर हात ठेवून नाय जमायच मला..’ मालीनी ताईंनी परत एकदा नाराजी व्यक्त केली. खर तर त्यांचा सुद्धा खूप विश्वास होता विठ्ठलावर, पण जावई गेल्या मुळे त्या जरा राग धरून असायच्या. पण, महिपतराव अगदी त्यांची कसर भरून काढायचे..

सगळी तयारी चालु असताना त्यांच्या मित्राचा मुलगा आनंद आणि त्यांचे मित्र सुधाकरराव आले. त्यांना असे अचानक आलेले बघून या दोघांना धक्का बसला. खर तर सुधाकर आणि महिपत दोघ अगदी खास मित्र.. आनंदला माधुरी आवडायची पण सुधाकर कडे मासांहारी जेवण घरातच व्हायचे म्हणून ५ वर्षापूर्वी महिपतरावांनी नकार दिला होता, संबंधही कमी केले होते.

आज त्या दोघांना अचानक आलेले पाहून महिपतराव विचारात पडले. सुधाकरराव म्हणाले, 'महिपत तुझ्याकडे काम होते म्हणून न सांगता आलो.. तुला आवडले नसेल तर माफ कर मला. परवा तुझ्या जावयांना जाऊन १ वर्ष होईल. त्याच्या इच्छेपुढे आपले काही चालत नाही, पण माझा आनंद अजूनही माधुरीचा स्वीकार करायला तयार आहे अगदी मुलासकट..'

'काय?..' महिपतराव एकदम ओरडलेच

'हो काका, माझे माधुरीवर प्रेम होते. तुम्ही नकार दिल्यावर मी परत कधीच तिला कॉन्टॅक्ट केला नाही. गेल्या वर्षी तिच्या नवऱ्याची बातमी समजली. मला खूप वाईट वाटले. काही महिन्यांपूर्वीच मी बाबांशी ह्या विषयावर बोललो पण बाबा तयार नव्हते. त्यांच मन वळवण्यात मला यश आले. म्हणुनच त्यांना घेऊन मी इथे आलो. माधुरीशी तुम्ही बोला, तिच्या सासरच्या माणसांशी बोला आणि मला कळवा..'

महिपत आणि मालीनी ताई एकमेकांकडे बघतच बसले. क्षणभर त्यांना कळंलच नाही काय बोलाव? आनंद उठून महिपतरावांजवळ येऊन त्यांचा हात हातात घेऊन म्हणाला, 'काका तुम्ही मला लहान असल्यापासून ओळखता. मी तुम्हाला शब्द देतो काका, माधुरीला आणि तिच्या मुलाला मी सुखात ठेवेन.'

महिपतराव उठले, त्यांचे डोळे भरून आले. विठोबाच्या मूर्तीजवळ जाऊन तें म्हणाले, 'विठ्ठला कोणत्या कोणत्या रूपात तू येतोस रे.. खरच कसे

आभार मानू तुझे.. सगळे भेदभाव आम्ही माणसे करतो रे! तुला मात्र तुझी सगळी लेकर सारखीच असतात.. खरच पटले मला देव माणसात शोधावा..

माधुरीची आई, पटले ना तुम्हाला माझा विठोबा निष्ठूर नाही आहे, या आनंदच्या रूपाने आज माझा विठू माझ्या दारात आलाय.. खरच मला माफ कर सुधाकर, तुझे मन खूप मोठे आहे बघ.. माझ्या लेकीच कल्याणच होईल. पण आता तिच्या सासरच्या माणसांचा अधिकार जास्त आहे तिच्या वर त्यांच्याशी बोलुन घेतो आणि कळवतो.'

चहा-पाणी झाल्यावर ते जातात, मालीनी बाई विठूची माफी मागतात, महिपतरावांची माफी मागते.. अहो पण तिच्या सासरची तयार होतील का? नातू राहू दे म्हणाल्या तर कशी राहील आपली माधुरी लेकराला सोडून...

'आता तुम्ही उगाच शंका-कुशंका काढू नका. त्यांनी आशा दाखवले ना, आता तोच ह्यातून मार्ग काढेल.'

ते दोघे मुली कडे आले, वर्षश्राद्ध झाल्यावर महिपतरावांनी घाबरत विषय काढला. सासू- सासरे यांनी हसत परवानगी दिली. तुमच्या माहितीमधील आहे म्हटल्यावर आम्हाला काळजी नाही.

जो मुलगा एवढे चांगले काम करतोय, पूण्याचे काम करतोय त्याचे विचार एवढे चांगले आहेत तो माणूस म्हणून खरचं किती चांगला असेल असे माधुरीचे सासरे म्हणाले.

सर्वांनी समजून सांगितल्यावर माधुरी तयार झाली. लवकरच त्यांचे लग्न झाले. स्वतः अविवाहित असून सुद्धा एका विधवेला तिच्या मुलासकट स्विकारून आनंदने त्याच्या या निर्णयामधून समाजासमोर एक आदर्श ठेवला.

महिपतरावांनी आणि मालीनीताईंनी आनंदचे खूप आभार मानले. जणू काही त्यांचा विठोबाच त्याच्या रुपाने धावत आला होता.

२८

माझी ओळख हाच खरा दागिना....

सहजीवन सोसायटीमध्ये महिला दिनाची जोरात तयारी चालू झाली होती.....सोसायटी खूप मोठी होती त्यामध्ये १०-१५ मोठ्या complex होत्या आणि प्रत्येक complex मध्ये ५ विंग....जणू काही छोटे नगरच होते.....सगळ्या महिला अगदी उत्सव असल्या सारखी तयारी करत होत्या....सोसायटीच्या अध्यक्ष सौ. माधुरी देशमुख अगदी उत्साही होत्या..... सगळ्याची त्यांना खूप आवड....त्यामुळे गेले ५ वर्ष त्याच अध्यक्ष होत्या.... आणि ते ही बिनविरोध....

असो तर अशी गोकुळ असल्यासारखी ही सोसायटी..... प्रत्येक सण उत्साहपूर्ण साजरा करायची.....पण ह्या महिला दिनाची गोष्टी जरा वेगळी होती..... कार्यक्रम पण वेगळे होते.... आणि सकाळी ७ ते रात्री ९ सर्व बायकांची तिथे सर्व बाबतीत सोय केली होती. एकंदरीत खूप मोठा कार्यक्रम होता..... प्रमुख पाहुणे म्हणून येणारी व्यक्ती ही खूप मोठे व्यक्तिमत्त्व असलेली होती.... पण, तिचे नाव आधी सांगायचे नाही अशी तिने अट घातली होती.... त्यामुळे सर्व महिलांना अगदी उत्सुकता होती.....

अखेर तो दिवस आला, सर्वात पहिला कार्यक्रम होता सायकलींगचा.... सर्व आपल्या सायकली घेऊन सज्ज.....तेवढ्यात सावी आली तिथे..... तिच्या हातात असलेली सायकल बघून सर्व हसायला लागल्या.... कारण

थोडे जुने मॉडेल होते सायकलचे.. सगळयांची कुजबुज सुरू झाली... कोण ग ही??? तेवढ्यात कोणतरी बोलली अग आताच राहायला आलेत, भाड्याने घेतलाय गोखलेंचा फ्लॅट.... आणि जुनी ओळख पण विसरलीस का??? अग आपल्या सुधा काकू आहेत ना त्यांची मुलगी....अग पळून जाऊन लग्न केलं ना तीच ही....तेवढ्यात देशमुख मॅडम नि घोषणा केली सर्वांनी तयार रहा.... आपली हि रॅली शिस्तबद्ध वाटायला हवी....सगळयांना विनंती कृपया सहकार्य करा....

तशा सर्व बायका चूप झाल्या.... नवीन बायका होत्या त्यांना काही माहीती नव्हते, त्यामुळे त्या खूप छान वागल्या सावीशी.....जुन्या उगाच जखमेवर मीठ चोळत होत्या....पण तिने दुर्लक्ष केले....आणि सायकल रॅली खूप छान झाली....आणि ज्यांना सायकल चालवणे शक्य नव्हते त्यांना पण सहभागी होता यावे म्हणून 2 wheelar रॅली पण ठेवली होती....देशमुख मॅडमचा हाच स्वभाव होता की सगळयांना भाग घेता आला पाहिजे....म्हणून तर त्या सर्वांच्या लाडक्या होत्या.....तर असा हा पहिला कार्यक्रम खूप छान झाला....

त्यानंतर सर्वांना चहा, कॉफी ठेवली होती, देशमुख मॅडम स्वतः सर्व आवर्जून बघत होत्या.... सावी नुकतीच रहायला आली होती.... आणि तिच्या सोबत पण त्या छानच वागत होत्या.....

आणि अचानक सुधा काकू आणि सावी समोरासमोर आल्या...तिची आईच त्या....त्यांना बघून तिला भरून आले....त्यांना ही वाटूत होते पोटच्या पोरीला जवळ घ्यावे....पण सर्व आठवलं मागचे आणि त्या रागाने निघून गेल्या.....बाजूच्या बायका बघत होत्या सर्व.....आणि लांबून मजा बघत होत्या....

तेवढ्यात परत देशमुख मॅडमनि पुढचा कार्यक्रम घोषित केला...आणि सर्व बायका तयारीत मग्न झाल्या.....

तेवढ्यात कोणीतरी विचारले मॅडम आजच्या आपल्या प्रमुख पाहुण्या आल्या नाहीत???

मॅडम म्हणाल्या अहो आल्यात त्या, सायकलींग पण केले त्यांनी आपल्यासोबत...पण त्यांची अट आहे ना म्हणून नाव घेतले नाही....त्यांना सर्व कार्यक्रम अगदी एन्जॉय करायचे आहेत तुमच्या सोबत, म्हणून तर त्या शेवटी म्हणजे अगदी बक्षिस वितरण सोहळा होईल तेव्हाच स्टेजवर येणार आहेत....

आता मात्र सर्व बायका विचार करू लागल्या....कोण नवीन होते का सकाळी.....पण सोसायटी एवढी मोठी होती....बरेच चेहरे तसे नवीन....पण देशमुख मॅडम मात्र सर्वांना अगदी नावासकट ओळखत असत.....

पण दुसरा कार्यक्रम सुरू होणाऱ त्यामुळे जास्त कोणी मनावर घेतले नाही....सर्व तयारी करायला गेल्या....पहिला कार्यक्रम झाला सायकल आणि....बाईक चा....

आता दुसरा कार्यक्रम होता.... पाककला, रांगोळी आणि चित्रकला..... इथे सुद्धा देशमुख मॅडमनि सर्वांना सांभाळून घेतले होते.... जेणेकरून लहान मुलींपासून तें सर्व आजीपर्यंत त्यांनी सर्वांना भाग घ्यायला लावला.... 2 तास वेळ दिली होती.. मग् सर्वाना जेवण.... सर्व अगदी मन लावून करत होत्या.... सावीला लहान असल्यापासून चित्र काढायला आवडत असे.... अन स्वयंपाक पण, पण नियम होता... एक व्यक्ती जास्तीत जास्त २ स्पर्धां मध्ये भाग घेऊ शकते.... वेळ वाढवून मिळणार नाही.... वेगळे बक्षिस मात्र होते.... त्यासाठी....

सावीने दोन्ही मध्ये भाग घेतला..... अगदी छान स्पर्धा झाल्या..... सुधा काकूंनी सुद्धा पाककला मध्ये भाग घेतला होता.... नेमके दोघींचे टेबल एकच आले.... माय लेकींनी कशी बशी वेळ सांभाळून नेली.... पण, त्यांची सून अंकिता तिला काही हे पटत नव्हते....

ती वाट बघत होती, कधी एकदा सावी तिला भेटते....तिने वाट बघितली.... आणि सर्व बायका जेवण करण्यासाठी गेल्यावर तिला बोलायला सुरुवात केली तू का आलीस परत??? एकदा आमची शोभा करून गेलीस ना मग् आता परत काय आहे??? तू मुद्दाम आलीस आम्हाला त्रास द्यायला.... तू निघून जा या सोसायटी मधून.....आणि हो आज सुद्धा पुढचा कार्यक्रम करायला थांबु नकोसं....

त्या कार्यक्रमा मध्ये स्वतः ची ओोळख करून द्यायचीये.... त्यातून ते निवडणार आहेत मिस आणि मिसेस ऑफ सहजीवन सोसायटी....तू येशील तेव्हा काय ओळख करून देशील ग??? आमची इज्जत घालवायची आहे का परत??? सगळ्यांना नाही माहिती तुझं नी आमचे नाते..... आम्हाला ते माहिती करून द्यायचे पण नाही.... तुझी काय ओळख आहे ग? .... सावी काहीच बोलली नाही.... तेवढ्यात देशमुख मॅडम आल्या.... तिला जेवायला घेऊन गेल्या....

थोड्या वेळात हळदी कुंकूचा कार्यक्रम होता.....त्यानंतर मग् निवडणार होते मिस आणि मिसेस ऑफ सहजीवन सोसायटी...सर्व बायका तयारी करायला गेल्या.... तेवढ्यात परीक्षकांनी येऊन सर्व स्पर्धा बघितल्या... त्यांनी रिज़ल्ट देशमुख मॅडमकडे दिला .... पुढच्या कार्यक्रमासाठी त्या सुद्धा तयारी करायला गेल्या.....

हळदी कुंकू म्हणून सर्व बायका अगदी नखशिखांत नटुन आल्या.... पाया पासून डोक्या पर्यंत दागिने घालून.... कोणी नउवारी, कोणी पैठणी, कोणी गुजराथी, तर कोणी बेंगाली .... थिम करून फोटो काढत होत्या..... सावी आली... अगदी सिम्पल नारायण पेठ साडी... नाकात नथ... गळयात मंगळसूत्र आणि बारीक ठुशी.... तिला बघितलं तर अंकिताला राग आला.... तुला बोलले होते ना येऊ नको.... का आलीस?? आलीस ती आलीस परत हि अशी.... खोटे दागिने मिळतात ते तरी घालायचं....

पण सावी मात्र गप्प.... ती नुसती हसली.... आणि म्हणाली अग वहिनी हळदी कुंकू आहे.... त्याला कधी पाठ करू नये ग म्हणून आले.... अंकिता कुत्सितपणे हसली....अन म्हणाली खर आहे, गरीब असला तरी नवरा आहे तुझा..... सुधा काकू दागिने घेऊन आल्या आणि म्हणाल्या हे घाल.... आमची लाज राख.... सावी म्हणाली आई तू सुद्धा.... असे बोलतेस... नको मला....

पुढच्या कार्यक्रमाची सुरुवात झाली... देशमुख मॅडम येऊन सावीला घेऊन गेल्या.... पण सावी मात्र भूतकाळात गेली...

सुधा काकू आणि सुरेश काका...... अगदी छान जोडी.... त्यांची मुले म्हणजे मोठा समीर आणि छोटी सावी....खूप लाडूबाई होती सावी..... लहान होती आणि त्यात मुलगी.... काकाना मुली फार आवडत, त्यात दोन पिढी नंतर मुलगी झाली म्हणून सावीचे खूप लाड केले. पण, शिस्तीच्या बाबतीत तेवढेच कडक, दोन्ही मुलाना खूप छान वाढवले.... चांगले शिक्षण दिले.... सावे... अशीच हाक मारत तिला काका..... सावीला लहान असल्यापासूनच चित्रकला खूप आवडत असे... तिची चित्रे खूप छान असत.... हळूहळू मोठी झाली.... कला क्षेत्र निवडून पदवी घेतली तिने....

मोठा Dr झाला.... त्याचे लग्न झाले आणि अंकीता आली.... छान होती स्वभावाला पण, समीर कायम तिची तुलना सावी सोबत करी.... त्याला बहिणीचे फार कौतुक.... हि एकच गोष्ट अंकिताला खटकत असे.... त्यामुळे ती सावीचा राग करी..... त्यांचा प्रेमविवाह होता.....अंकिताला डान्स, अभिनय याची आवड, दिसायला पण छान होती fashion Designer होती.....

तिला एकदा सावी आणि सागर बद्दल समजले..... तिला वाटलं हाच चान्स आहे. सावीला सर्वांसमोर खजील करण्याचा.... तिने माहिती काढायला सुरुवात केली.....तेव्हा तिला समजले की तो गरीब आहे... घरी फ़क्त आई

आहे, बाबा नाहीत त्याला..... त्याचे आणि सावीचे गेले दोन वर्षे प्रेम आहे....

तिने घरात स्वतःच्या नात्यात असलेले एक स्थळ आणले सावीसाठी..... काका एकदम खुश झाले सूनबाई वर..... त्यांनी सावीला बोलावले.... आणि जाब विचारला... तिला वाटले दादाला दिली तशी मलासुद्धा बाबा परवानगी देतील.... म्हणून तिने आपल्या प्रेमाची कबूली दिली.... पण सुरेश काका एकदम ओरडले.... सावे हे शक्य नाही.... त्यांचा आवाज ऐकताच धावत सर्व आले... काय झाले बघायला... तर काकांचा चेहरा एकदम लाल झाला होता....

काकू घाबरत म्हणाल्या काय झाले??? ह्या पोरीनं नाव खराब केले माझे.... प्रेम आहे म्हणे.... शोभतं का हे??? तुमचे लक्ष नाही.... अंकिताने लगेच उचलून धरल, बरोबर बोलतायत बाबा... मुलगा कसा आपल्या बरोबरीचा हवा.... हो सूनबाई... खर आहे तुमच्या प्रेमाला आमचा विरोध नाही... पण तोला-मोलाचे हवे.... आम्हाला हे मान्य नाही.....

सावे, आम्ही बघितले आहे तिथेच तुझे लग्न होईल..... ती खूप रडली... पण काही उपयोग नव्हता.... तिने सागरला फोन केला आपण पळुन जाऊ माझे बाबा ऐकणार नाहीत.... खूप कडक आहेत.... मी नाही राहू शकत तुझ्याशिवाय....

शेवटी जे व्हायला नको तेच झाले त्यांनी पळून जाऊन लग्न केले.... अंकिताने जखमेवर तिखट मीठ लावून तिच्यासाठी या घराचे दार कायमचे बंद केले....काकांना खूप धक्का बसला.... काकू तर रडत होत्या.....काकांनी सांगितलं ती आपल्याला मेली.... तिच्याशी कोणीच बोलायचं नाही.... नाहीतर माझे मेलेले तोंड बघायला लागेल...

आज तिच्या लग्नाला १० वर्ष झाली तरी कोणी बोलत नव्हते की कोणी साधी चौकशी सुद्धा केली नव्हती...मधल्या काळात खूप घडामोडी घडून

गेल्या.... त्यांचा संसार खूप छान सुरू होता.... एक मुलगी होती त्यांना.... सागर मेहनती आणि चांगला मुलगा होता.. सावीची चित्रकला पण लोकांना आवडत होती.... खूप मागणी होती तिच्या चित्रांना...... पण तिचे नाव ती लावायची नाही चित्राखाली.... त्यामुळे ती अज्ञात कलाकार म्हणून प्रसिद्ध होती.... फ़क्त एक सिम्बॉल लावायची.... आयुष्यात एवढे चढ-उतार आले की तिच्या मधल्या नव्या कलेचा तिला शोध लागला... उत्तम लेखिका झाली.... तिच्या सासूबाई एक टपरी चालवत होत्या.... त्या गेल्यावर तिथे काही बदल करून तिने... छोटे खानावळ उभी केली अगदी कमी दरात.... ना नफा ना तोटा.... असे उद्दीष्ट होते तिचे.....आणि मागच्या महिन्यात सागर ने तिच्या साठी हा फ्लॅट घेतला होता विकत.. पण, त्याने मुद्दामून भाड्याने घेतला असे सांगायला लावले.....

इकडे सुधाकाकूं ची स्थिती काही वेगळी नव्हती..... त्यांना सुद्धा वाट्त होते लेक समोर आहे तर तिला भेटावे, तिला प्रेमाने जवळ घ्यावे.... सावीसाठी केलेले दागिने तिला द्यावे... पण, तिचा स्वाभिमान त्यांना माहित होता आणि अजूनही तो तसाच होता.... ते त्यांनी थोड्या वेळापूर्वी बघितलं होते.... त्यात मुलाला दोन्ही मुले, मुलगी नव्हती त्यामुळे नाती बद्दल त्यांना प्रेम वाट्त होते.... पण काकांपुढे त्यांचे काही चालत नव्हते.....

ती सोसायटी मध्ये राहायला आलेली समजल आणि काका परत गरजले कोणी तीच्या सोबत बोलणार नाही..... लक्षात ठेवा सर्वांनी.....

सावीला सुद्धा आई जवळ बोलायचे होते, तिची तिने केलेली प्रगती आईला सांगायची होती.... खूप मोठी व्यक्ती झाली होती सावी.... पण अगदी साध राहणीमान असायच तिचे.... तिला दिखावा आवडत नसे.... आणि स्वतःच स्वतः चे कौतुक करायचे तिला कधी जमलंच नाही.....आणि घरच्या कोणीच ती काय करते, काय नाही याची साधी चौकशी बाहेरून सुद्धा केली नव्हती.... एवढी वर्ष झाली तरी राग तसाच होता आणि तो ठेवायला अंकीता

खत-पाणी घालत होती.....

तेवढ्यात टाळयांचा कडकडाट झाला आणि सावीने डोळे पुसले.. ती भानावर आली.....

देशमुख मॅडम मात्र खूप ॲक्टिव्ह होत्या सोशल म्हणा, कला म्हणा सगळ्याच गोष्टीची आवड होती त्यांना.... सोसायटीमध्ये राहणाऱ्या प्रत्येक व्यक्तीबद्दल महिती करून घेणे, मैत्री करणे त्यांना खूप आवडत असे.... त्यामुळे सावीबदल त्यांना सर्व माहिती होते.... फ़क्त त्यांनी सावीला तसे सांगितलं नव्हते.....

दोघीपण आपआपल्या विचारात असतानाच परत एकदा जोरात टाळयांचा कडकडाट झाला... कारण आता कार्यक्रमाची सांगता होणार होती.... सर्व जणी ऑल राऊंडर अशा प्रमुख पाहुणे याना भेटायला उत्सुक होत्या....

देशमुख मॅडम त्यांच्या स्वागत करण्यासाठी तयारी करायला गेल्या होत्या.....

सर्व जण अगदी विचार करत होते कोण असेल??

देशमुख मॅडम स्टेज वर जाऊन घोषणा करत होत्या.... आता आपण आपल्या प्रमुख पाहुणे आले आहेत त्यांना बोलावूया.... आणि जोरात स्वागत करूया एक लेखिका, चित्रकार, गरजुंना अन्न पुरवठा करणारी.. अन्नपुर्णा सावी सागर गायकवाड यांचे..... ज्यांनी सकाळ पासून आपल्या प्रत्येक कार्यक्रमात खूप उत्साहाने भाग घेतला...अन ते ही कसलाच गर्व अभिमान न बाळगता..... जोरात टाळ्या वाजवून स्वागत करूया.....

अंकीता बघत बसली.... सुधाकाकूंचा उर अभिमानाने भरून आला.....

बायकांची कुजबुज वाढते.... सगळ्या एकमेकींकडे बघत असतात.....

देशमुख मॅडम थोडक्यात सावीची ओळख करून देतात.... तिच्या जखमेवर मीठ न चोळता खूप छान आणि कमी शब्दांमध्ये.... त्या नंतर दोन शब्द बोलण्यासाठी सावीला माईक देतात.....

सावी सगळ्यात आधी देशमुख मॅडमचे आभार मानते.... व म्हणते खरच मी एवढी मोठी व्यक्ती नाही की मला एवढा मोठा मान मिळावा, म्हणूनच मी लपवून ठेवायला सांगितले होते मॅडमना, कारण मला आजचा हा दिवस सगळ्यांसोबत एन्जॉय करायचा होता.... आधीच समजले असते तर माझी ओळख आज जशी झाली तशी झाली नसती... मी आता जे काही बोलणार आहे त्यातून मला कोणाला कमी लेखायचे नाही आहे, कोणाचे मन दुखावले गेले तर.... म्हणून मी आधीच माफी मागते.... आणि माझे मनोगत व्यक्त करते...

मी सावी माझे लहानपण याच सोसायटी मध्ये गेले, तेव्हा हि सोसायटी एवढी मोठी नव्हती.....तरी बाकीच्या सोसायटी पेक्षा वेगळी आहे तेव्हा आणि आताही.... तर काही जुनी माणसे आहेत त्यांनी मला ओळखले पण ओळख दिली नाही, आणि काही नवीन आहेत ज्यांना माझ्या हातात असलेली सायकल बघून माझ्याशी ओळख करून घ्यावी असे वाटले नाही...असो माझा मुद्दा हा नाही...

मला एवढंच म्हणायचं की आपण एखाद्या व्यक्तीला लगेच जज करून मोकळे होतो की ती अशीच अन ती तशीच....तुम्हाला आश्चर्य वाटेल पण एक स्त्री ही दुसऱ्या स्त्री ची शत्रु आहे...तेवढे दुसरे कोणी नाही....ती कधीच दुसऱ्या बाईचे कौतुक करत नाही किंवा तिला प्रोत्साहन देत नाही....आणि हे जेव्हा बदलेल तेव्हा तो दिवस खरा महिला दिन असेल....

जोरात टाळ्या वाजतात....सुधा काकू कौतुकाने ऐकत असतात...

सावी पुढे बोलते, मी घरच्या लोकांच्या मनाविरुद्ध लग्न केले आणि

ह्या सोसायटीचा आणि माझा संबंध कमी झाला.... म्हणून काही जणी मला हसत होत्या तर काही एवढी जुनी सायकल आणली म्हणून.... पण ही तीच सायकल आहे जिच्यामुळे आज आमचा संसार उभा आहे... म्हणूनच ती आम्हाला सोन्यापेक्षा अनमोल आहे..... एवढेच बोलेन मी बाकी माझे कर्तृत्व मी सांगणार नाही मला ते आवडत नाही...

आज मी जे काही आहे ते माझा नवरा आणि माझ्या सासूबाईंमुळे. गेल्या महिन्यात त्या आम्हाला सोडून गेल्या आणि मी खूप हताश झाले.. म्हणून माझ्या Mr. नी माझे लहानपण जिथे गेले तिथे आणले मला.... आणि देशमुख मॅडम सोबत ओळख झाली....त्यानी मला ह्या कार्यक्रमासाठी बोलावले...

माझे वडील खूप शिस्तबद्ध. त्यामुळे लहान असल्यापासूनच प्रत्येक चांगली सवय आई लावत गेली... त्यामुळे त्यांना सुद्धा मी श्रेय देईन.... माझे दादा आणि वहिनी नेहमीच माझे कौतुक करून प्रोत्साहन देत आले होते.... पण मधल्या काही काळात माझे माहेर पूर्ण तुटले होते तेव्हा मला आधाराची गरज होती आणि तो दिला माझ्या सासूबाईंनी.....

मी खूप मोठी झाले.... पण कायम अज्ञात राहणे पसंत केले... पण देशमुख मॅडमनि माझी खरी ओळख शोधून काढली.... आणि आज सर्वांसमोर ती करून दिली.....

आता काहीना प्रश्न पडला असेल??? मी अशी का आले दागिने न घालता, तर लहान असल्यापासून पण जशी मोठी होत गेले तसे समजत गेले की दागिने म्हणजे घराण्याची शान.... जेवढे त्या बाईच्या अंगावर दागिने जास्त... तेवढे घराणे मोठे.... पण मोठी होत गेले तसे मी ठरवले...

कोणाच्या तरी ओळखीचे ओझं घेऊन नखशिखांत दागिने घालून नटलेली बाहुली होण्यापेक्षा, स्वतः स्व बळावर निर्माण केलेली स्वतःची वेगळी ओळख हाच खरा दागिना....

आज खूप मोठा दागिना मी मिळवला आहे.... जोरात टाळ्या वाजतात... अंकीता धावत जाते स्टेजवर आणि सावीला मिठी मारते....सर्वांसमोर माफी मागते.... कार्यक्रम संपल्यावर तिने तिला सन्मानाने घरी नेले.....

बाप लेकीची गळाभेट होते... सुरेश काकाना खूप अभिमान वाटतो लेकीचा.... सुधा काकूंच्या डोळ्यात आनंदाश्रु येतात....समीरला खूप आनंद होतो....आणि खऱ्या अर्थाने महिला दिन साजरा होतो.....

२१

स्त्री मनाची खंत : आमच्या शिक्षणाचा काय फायदा?

इंजिनीअरिंग करून नामांकित कंपनीत जॉब करत असता ओळखीतले स्थळ सांगून आले... घरात मोठी, त्यात आजी- आजोबा नाही त्यामुळे आई- बाबा यांनीं योग्य तो विचार करून होकार देऊया असे म्हणत तिचे मत वळवायचा प्रयत्न केला..

आई म्हणाली, 'हे बघ मधू आपल्या घरात जाणत माणूस कोणी नाही ग... घरात म्हातार माणूस असल म्हणजे अनोळखी ठिकाणी सोयरीक झाली तरी काही वाटूत नाही.. त्या माणसांना पारख असते.. तुझे बाबा आणि मी दोघेही या बाबतीत अनुभवाने, वयाने लहान आहोत बाळा.. त्यामुळे सागरच स्थळ आम्हाला योग्य वाटूत बघ.. आपली जुनी ओळख आहे.. अन् घरापासून पण तू जास्त लांब नाही जाणार.. तालुक्याला आलो की तुझी भेट होईल.. मला समजतय बाळा, आताच तुझे शिक्षण पूर्ण करून तुला नोकरी लागली आहे... पण, या बाबतीत मी तुझ्या बाबांना त्यांच्याशी बोलायला सांगेन.. मग् तुझी काय हरकत आहे सांग मला?'

मधुरा मात्र गप्पच.. काय बोलाव काहीच कळत नव्हतं तिला...

'तुला दुसर कोणी आवडत का?...' आई

'नाही ग आई.. पण सागर खूप मोठा आहे.. ५ वर्षांने...' मधुरा

आई हसुन म्हणाली, 'अग तुझे बाबा माझ्यापेक्षा ८-९ वर्षांने मोठे आहेत.. असे असतंच ग..'

'मला नकोय एवढ अंतर...' मधुरा

'हे बघ, वयाचा मुद्दा सोडला तर... बाकी काही आहे का?' आई म्हणाली.

'नाही..' तोंड थोड खट्टू करून मधुरा म्हणाली..

पुढे सर्व बोलणी झाली, पत्रिका जुळली... बघण्याचा कार्यक्रम देखील झाला... सागरचे बाबा म्हणजे विजयकाकांसोबत बाबांचे अगदी मित्रसंबंध होते.. सगळे एकत्र बसून गप्पा मारता मारता मधुला सर्वांचे स्वभाव आवडले.. दोन्ही बाजूने होकार आला, लगेच मुहूर्त, पत्रिका, खरेदी सर्वांची गडबड करत लग्न करून मधुरा सासरी आली..

नवनवीन दिवस अगदी आठवणीत राहतील असेच होते.. सागर खूप काळजी घ्यायचा मधुराची... खुप जपायचा... तिला ऑफिस ला सोडण, घेऊन येणे.. तिला प्रत्येक कामांत मदत करायचा.. घरात सासू-सासरे, दीर, आजीबाई होत्या पण प्रत्येक जण प्रत्येकाची प्रायव्हसी जपत असे त्यामुळे घरातले वातावरण हसत-खेळत असायचं...

दोन-तीन महिने अगदी मजेत गेले... तसे एवढ्यात मूल नको असे प्लांनिंग करायच्च्या आधीच मधूच्या पोटात दुखू लागले.. खुपच त्रास होत होता त्यामुळे सगळे काळजी करत होते.. दवाखान्यात नेले.. टेस्ट केली आणि गोड बातमी आली, सर्वच खूप खुश होते.. मधुचा चेहरा मात्र सागरला बरच काही सांगून गेला.. त्याने मधूचा हात हातांत घेत म्हटलं.. 'काय झालं? खुश नाहीस का तू?'

'तसे नाही पण मी... इतक्यात.. कस सांगू.. मला नाही कळत..' मधुरा

'हे बघ तुझ्या मनाची तयारी नसेल तर आपण नंतर विचार करू परत..' सागर

दवाखान्यात खोलीच्या बाहेर असलेल्या मधुच्या आईनं हे सारं ऐकले.. आणि तशीच आत आली.. 'माफ करा जावई बापू मध्येच बोलते, सहज कानावर पडल, चोरून नाही ऐकले तुमचे बोलणे..'

'अहो, आई असे का म्हणताय? माफी का मागताय?...' सागर

'पहिल-वहील दान.. देवाने न मागता दिलय त्याला नाही म्हणू नका.. लोकांना वाट पाहावी लागतें.. तुम्हाला आपणहून मिळालय.. राहता राहीला प्रश्न तुमच्या काही अपेक्षा असतील, हौस असेल.. फिरण, बागडण राहीलं समजू शकते.. पण बाळ थोडे मोठे झाले की आम्ही आजी आहोत ना आम्ही सांभाळू त्याला.. तेव्हा तुम्ही तुमची हौस करा...' मधूची आई म्हणाली.

आजीने सुद्धा त्यांच बोलणं ऐकलं त्यांनी सुद्धा तेच सांगितलं...

हो नाही करत मधुरा तयार झाली.. सागर खूप प्रेमळ होता.. आता तर तिला जिवापाड जपत होता..

मधुराला आईचं बोलणं ऐकल्याचे समाधान मिळत होते.. सागर आणि बाळ दोघांच्या बाबतीतले..

तिसरा महिना लागला, त्रास होऊ लागला... डॉक्टरांनी पूर्ण आराम सांगितला.. नोकरी सोडावी लागणार म्हणून मधू परत नर्व्हस झाली.. सागरने तिची खूप छान समजूत काढली...

महिन्यांमागून महिने गेले... लवकरच तिने छोट्या गोंडस परीला जन्म दिला... आनंदी आनंद झाला.. त्या छोट्या परीसोबत तिचा अख्खा दिवस जायचा.. बाहेरच्या जगाचा तिला विसरच पडत चालला होता..

परी मोठी होत होती तशी अजूनच मस्ती करत होती.. नाकी नऊ यायचे तिच्या.. ३ वर्ष कशी गेली कळलीच नाही..

शाळेत घालायला हवी म्हणून फॉर्म भरला, इंटरव्युसाठी शनिवारी शाळेत जायचं होते.. घरात सर्वांनाच या बदलत्या पद्धतीचे आश्चर्यच वाटले.. नर्सरीच्या ॲडमिशनच्या वेळेस इंटरव्यु??

छोटी परी आणि मधुरा शाळेत गेले.. सागरला नेमकी मीटिंग होती त्यामुळे त्याला काही ती वेळ साधण जमले नाही..

इंटरव्युसाठी प्रिन्सीपलने विचारलेल्या प्रत्येक प्रश्नाचे उत्तर परी खूप छान देत होती.. ABCD बोलणे, नंबरस बोलणे, फळे,भाज्या नाव.. प्रिन्सीपल खूप खुश झाल्या.. सगळेच मस्त आहे.. 'मिसेस देशमुख तुम्ही काय करता?'

मधुरा हळूच म्हणाली, 'सध्या घरीच आहे..'

'इंजिनीअरिंग करून तुम्ही घरीच आहात? इंजिनीअरिंगची एक सीट तुम्ही वाया घालवलीत... जोक्स अ पार्ट..' असे हसुन म्हणाल्या..

मधुराच्या कानात मात्र ते शब्द अगदी घुमत होते.. सागर शाळेच्या गेटवर घ्यायला आला तरी तिचे लक्ष नव्हते..

काहीतरी गडबड आहे.. सागरच्या लक्षात आले..

घरी गेल्यावर बघू असे म्हणून त्याने काही विषय काढला नाही...

मधुचे लक्ष कशातच लागत नव्हते... रात्री सर्व आवरल्यावर जेव्हा परी झोपली तेव्हा सागरने विषय काढला.. 'काय झालंय मधु?'

'काही नाही..' मधुरा रागातच म्हणाली..

'अगं खरच मीटिंग आली माझी म्हणून आलो नाही मी शाळेत...' सागर

'मी कुठ काय बोलते..' मधुरा

'अग मग चिडलेस का?...' सागर

'काही नाही स्वतः त्या प्रिन्सीपलच्या खुर्चीत बसली तर मला म्हणते, इंजिनीअरिंगची एक सीट तुम्ही वाया घालवलीत... वर परत हसतं जोक्स अ पार्ट.. म्हणुन..'

आता सागरला सर्व लक्षात आले.. तो हसुन म्हणाला 'एवढंच ना...'

'हस अजून.. खरच वाया घालवली मी सीट' असे म्हणतं मधुरा रडू लागली..

सागर जवळ घेऊन म्हणाला, 'रडू नको ग... खरच वेडाबाई आहेस तू..'

'तुला नाही कळणार... खरच तुम्हा पुरुषांचे बरे असते.. सगळे अड्जस्ट आम्ही बायकांनीच करायच.. एवढा अभ्यास करून शिकायच.. चांगले मार्क्स, नोकरी मिळवायची आणि नंतर सगळं सोडून घरात बसायचं.. **"खरच काय उपयोग ह्या शिक्षणाचा? काही फायदा आहे का?"'**

'मधू तू आधी शांत हो... आणि मला सांग काहीच फायदा नाही का तुझ्या शिक्षणाचा?...' सागर

सागर असे बोलल्यावर ती शांत झाली.. विचारात हरवली.. तेवढ्यात परत एकदा चाहूल लागलेल्या बाळाची तिला आठवण झाली.. पोटावरून हात फिरवत म्हणाली.. 'हे अस होत बघ.. चिडले की काही लक्षात रहात नाही माझ्या.. आज दिवसभर या गोष्टीवरून एवढी चिडले ना कि या गोष्टीची आठवणच राहिली नाही..'

'म्हणुन तुम्हाला सांगतोय मॅडम शांत व्हा.. पण नाहीच..' सागर हसुन म्हणाला... 'हे बघ मला तुझी चिडचिड समजते पण हा कठीण काळ आहे.. आपल्या मुलांच्या भविष्यासाठी, त्यांच्यावर चांगले संस्कार व्हावे या साठी प्रत्येक आईला हा त्याग करावाच लागतो.. देवाला सुद्धा माहिती आहे

की, आई एवढा बाळाचा छान सांभाळ, चांगली शिकवण, उत्तम संस्कार कोणी करू शकत नाही.. परी बघ आपली किती ॲक्टिव्ह आहे.. कोणामुळे? तुझ्यामुळेच ना.. आणि तिच्याकडून कस करून घ्यायचं? काय शिकवायच हे तुला किती छान समजत.. मला नाही ते जमत.. म्हणुन काय मी अस म्हणू का? बाबा म्हणुन माझा काय फायदा? असे मी बोलू का?'

मधुराला त्याचे बोलणे पटले, 'मी नाही म्हणणार असं काही परत.. माझ्या शिक्षणाचा फायदा माझ्या मुलांना, कुटुंबाला होणार हे विसरूनच गेले मी.. आता परत कधीही असा विचार करणार नाही.. सॉरी..'

सागर तिला म्हणाला, 'आपलं येणारं बेबी थोडे मोठं झालं की तुला हवे तें कर तू.. पैशा साठी नाही हं... तुझ्या आनंदासाठी... मी नेहमीच तुझ्या सोबत आहे...'

दुसरा मुलगा झाला.. सगळ्यांना आनंद झाला.. त्यांच्या कुटुंबाची चौकट पूर्ण झाली.. दोन्ही मुले खूप गुणी.. परी आपल्या लहान भावाला खूप छान सांभाळून घ्यायची..

सागरच्या मित्राचा मुलगा इंजिनीअरिंग करत होता.. पहिल्याच वर्षी M1, M2 दोन्ही राहिले... काय करू सागर सांग ना.. क्लास लावायला पण तयार होत नाही.. त्याचा मित्र बोलत होता.. हे ऐकताच सागरच्या डोक्यात कल्पना आली..

त्याने घरी येऊन मधुराला विचारले, 'इंजिनीअरिंगचे मॅथ्ससचे क्लास घेशील का?'

मधुरा ऐकतच राहिली.. 'कस शक्य आहे? एवढ्या वर्षानें?'

'काहीच अशक्य नाही..' सागर

सागरने तिला सर्व सांगितलं... तिला तयार केले... आपल्या मित्राला

फोन करून सांगितल.. मित्र तयार झाला.. काकू क्लास घेणार म्हणून त्याचा मुलगा सुद्धा तयार झाला..

मधुराच्या क्लासचा श्री गणेशा झाला... त्याची प्रगती बघून अजून बरेच जण क्लासला येऊ लागले.. घरी राहून क्लास घेता येतं होते त्यामुळे मुलांकडे लक्ष देता येत होते.. घरंच सर्व बघून ती क्लास घेत होती..

आज बऱ्याच वर्षांनी तिच्या शाळेचे रीयुनियन होते.. सर्व मित्र- मैत्रिणी जमले.. त्याच शाळेत परीच्या शाळेची प्रिन्सिपल बघून तिला जरा वेगळेच वाटले... शाळेतल्या मैत्रिणींनी जुनी ओळख सांगितली.. तिच्याच शाळेत वेगळ्या तुकडीत होती ती.. हिंदी, मराठी भाषा निवडून तिने शिक्षण पूर्ण केले.. तिला इंजिनिअर व्हायचं होत पण.. घरच्या लोकांनी नाही म्हंटलं..

आता मधुराच्या लक्षात आल.. ती अस का म्हणाली? एवढा बदल झालेला तिच्यात की मधुरा ओळखुच शकली नव्हती.. शाळेत असताना मधू तशी अभ्यासात गर्क असायची....

सर्व मैत्रिणी मात्र मधूचे कौतुक करत होत्या... 'दोन लहान मूल असून क्लास घेतेस.. खरच.. मधू कस करतेस ग... **नाहीतर आम्ही.. आमच्या शिक्षणाचा काय फायदा? घरातच बसलोय...'** मधुराने हसुन सर्वांना समजून सांगितलं की, 'मी पण असेच बोलायचे पण सागरने मला समजावून सांगितलं आणि मग मी स्वतःकडे बघायचा दृष्टिकोन बदलून टाकला... आता सुद्धा **त्याची साथ आहे म्हणून माझ्या शिक्षणाचा फायदा होतोय...** जॉब करायला मिळाला नाही म्हणून वाईट वाटायचं... पण, आता ह्या मुलांना शिकवताना वेगळाच आनंद मिळतो बघ..' असे सांगताना मधुराच्या चेहऱ्यावर एक वेगळीच चमक होती...

मैत्रिणींनो कथा पूर्ण काल्पनिक असली, तरी आजूबाजूला दिसून येईल अशीच आहे.. प्रत्येक स्त्रीला मातृत्वाच्या वाटेवर अनेक त्याग करावे

लागतात.. पण काय निसटून गेलय याचा विचार न करता काय मिळवू शकतो, आहे ते सुंदर कस करू शकतो याचा विचार करा.. मग् आयुष्य कस बदलून जाईल बघा... आणि चुकूनही म्हणायचं नाही किंवा मनात आणायचं नाही,

आमच्या शिक्षणाचा काय फायदा? हा विचार सुद्धा मनाला शिवून द्यायचा नाही... पटतय ना तुम्हाला....??

३०

नाते तेच नियम मात्र वेगळे

सानूच्या घरी तिच्या लग्नाची गडबड.. सर्व पाहुणे आले, ताईला गावात दिलेली तरी अजून ती इकडे राहायला आली नव्हती.. सानूने फोन करून सर्व कामाचा पाढा वाचला, ताई म्हणाली माझ्या सर्व लक्षात आहे.. मी येतेच आहे...

ताई ना दरवेळी असेच असते तिचे.. पक्की स्वार्थी आहे.. फक्त स्वतःचा विचार.. दरवेळेस हिचे नियम बदलतात. सानू एकटीच बडबड करत होती..

आईनं ते ऐकले, आई म्हणाली.. 'सानू काय झालंय?'

'काही नाही...' सानू

तिथे मामी होतीच, मामीने लगेच आगीत तेल ओतायला सुरुवात केली.. 'तनूच्या लग्नात सानूने केवढी धावपळ केली होती.. मग् आता तनूने नको का तिची जबाबदारी पार पाडायला.. तुला सांगतें सानू ह्या मोठ्या बहिणी अश्याच असतात.. मोठ्या झाल्या काय आणि लहान झाल्या काय बहिणीच ना.. पण नियम मात्र लगेच वेगळे बनवतात ह्या बहिणी..'

सानू रागाने लाल झाली होती त्यात मामीचे हे वाक्य ऐकून अजूनच चिडली..

माझेच लग्न अन् मीच काम करते, रूखवताच बघायच मीच, काही

लागलं तरी द्यायचं मीच..' ताईच्या लग्नात तेव्हा ह्या सर्व गोष्टी मी किती हौशीने केल्या होत्या.. आणि ही ताई ना नेहमी असेच करते.. प्रत्येक वेळी काही ना काही कारण देतच असते..

असा सर्व मनात विचार करत असताना ताई आली ग म्हणून आईने आवाज दिला.. रागाने लाल झालेली सानू पाय आपटत खाली आली..

आत्या, मामी, मावशी ह्या घरातल्या सर्व बायका मदतीला आधीच आल्या होत्या. लग्नाला जेमतेम ५ दिवस त्यामुळे सर्वांची गडबड.. आजू बाजूला कोण आहे याचे भान काही सानूला राहिले नाही तिने आल्या आल्या ताईवर तोंड सुख घेतले.. ताईला सर्व कळत होत पण सगळ्यांसमोर सासरच नाव खराब व्हायला नको म्हणून ती शांत राहिली..

सानूने जेव्हा स्वार्थी हा शब्द वापरला तेव्हा मात्र ताईला अश्रू अनावर झाले.. ताई तिथून बाजूला झाली.. मामी मात्र परत परत तोच विषय काढून जखमेवर मीठ चोळू पाहत होती..

आई मोठ्या आवाजात म्हणाली, वहिनी बसं करा तो विषय आता.. आपण मोठ्या आहोत आपण समजूत काढायची की वाद वाढवायचे सांगा मला..

सानूच्या अपेक्षा अगदी बरोबर आहेत, पण सानू बाळा आता तू सुद्धा कोणाची तरी बायको, कोणाची तरी सून होणार आहेस.. हे लक्षात ठेव.. तनूने सर्व काही आणलं आहे हे बघ.. पण आता ती फक्त तुझी ताई किंवा या घरची मुलगी नाही आहे त्यामुळे स्वार्थी तर ती असूच शकत नाही.. आणि नाते तेच असले तरी नियम वेगळे असे नाही, आता तिच्या वर जबाबदारी वेगळी आहे.. ती आता त्या घरची मोठी सून आहे, २ मुलांची आई आहे.. शिवाय तिची धाकटी जाऊ अवघडलेल्या स्थितीत आहे. या सर्वांच सारं काही बघून तिने तुझ्या मोठ्या बहिणीची, या घरच्या मोठ्या मुलीची जबाबदारी सुद्धा

योग्य पद्धतीने पार पाडली आहे..

आणि सानू अजून एक गोष्ट लक्षात ठेव, तुझ्या आयुष्यात होणाऱ्या प्रत्येक कार्यक्रमात तनू असेल. तुझी ताई म्हणून ती कधीच कमी पडणार नाही. पण, तू केलेस म्हणून तिने करायला हवं हा नियम थोडा बदल.. तू तिच्यासाठी तिच्या मुलांसाठी जे काही केलस तेव्हा तू फक्त तिची बहिण, त्यांची मावशी होतीस.. पण तनूला मात्र खूप नात्यांना न्याय द्यायचाय..

तू म्हणशील, आई नेहमीं ताईची बाजू घेते तर असं अजिबात नाही, चार दिवसांनी तुझे लग्न झाले की तुझ्या जबाबदारी सुद्धा हळू हळू वाढणार आहेत तेव्हा आपल्या सागरला सुद्धा मी हेच समजावेन.. नाते तेच राहील पण त्याला कोणत्याही नियमावलीत अडकवू नका.. मी केले म्हणून समोरच्याने केले पाहिजे असा अट्टाहास तर मुळीच करू नका... एकमेकांना समजून घ्या, त्याने नाते फुलून येईल.. नियमावली आखत बसलात तर नाते कोमेजून जाईल...

सानूला तिची चूक समजली, मामी खजील झाली.. सानूने सर्वांसमोर ताईची माफी मागितली.. आणि सर्व जण लग्नाच्या तयारीला लागले...